பலஸ்தீனக் கவிதைகள்

30 கவிஞர்களின் 109 கவிதைகள்

விரிவாக்கப்பட்ட மூன்றாம் பதிப்பு

தேர்வும் தமிழாக்கமும்

எம்.ஏ. நுஃமான்

அடையாளம்

முதல் பதிப்பு 1981
விரிவாக்கப்பட்ட மூன்றாம் பதிப்பு 2008
இரண்டாவது மீளச்சு 2020
© பதிப்புரிமை இல்லாதது. இந்த நூலில் உள்ள ஏதாவது ஒரு பகுதியைப் பயன் படுத்துவோர் மொழிபெயர்ப்பாளருக்கோ வெளியீட்டாளருக்கோ தெரிவிக்க வேண்டுகிறோம்.

வெளியீடு: அடையாளம், 1205/1 கருப்பூர் சாலை, புத்தாநத்தம் 621310, திருச்சி மாவட்டம், இந்தியா, தொலைபேசி: 04332 273444
நூல் வடிவம்: த பாபிரஸ், அச்சாக்கம்: அடையாளம் பிரஸ், இந்தியா
ISBN 978 81 7720 103 1
விலை: ₹ 200

Palasthiinak Kavithaikal, Palestinian Poems in Tamil, Selected & translated from English by M. A. Nuhman, Published by Adaiyaalam, 1205/1 Karupur Road, Puthanatham 621310, Thiruchirappalli District, Tamilnadu, India, email: info@adaiyaalam.net

மொழிபெயர்ப்பை
ஒரு கலையாகவும் சமூகக் கடப்பாடாகவும்
கருதிச் செயற்பட்ட நண்பர்
ஏ.ஜே. கனகரத்னாவின்
அழியா நினைவுகளுக்கு

உள்ளடக்கம்

	முன்னுரை	7
	இரண்டாம் பதிப்பின் முன்னுரை	9
	முதலாம் பதிப்பின் முன்னுரை	12
	பலஸ்தீனக் கவிதைகள் ஓர் அறிமுகம்	15
1	இப்றாகிம் துக்கான்	21
2	அபு சல்மா	24
3	ஃபத்வா துக்கான்	29
4	ஜப்றா இப்றாஹிம் ஜப்றா	38
5	கமால் நசிர்	41
6	ஹாறுன் ஹாஷிம் றஷீத்	45
7	மூயின் பசைசோ	47
8	தௌஃபீக் சையத்	60
9	நிஸார் கப்பானி	71
10	சுலஃபா ஹிஜாவி	88
11	றஷீத் ஹுசைன்	92
12	சமீஹ் அல் காசிம்	102
13	பௌசி அல் அஸ்மார்	127
14	அந்தொய்னே ஜபாறா	131
15	மய் சயிஹ்	135
16	ஃபவாஸ் துர்க்கி	140
17	சலீம் ஜுப்றான்	146
18	மஹ்மூத் தர்வீஷ்	150

19	முநீத் பர்கோத்தி	181
20	ஹறரி மன்சூர்	188
21	ஹைதர் மஹ்மூத்	194
22	ஹனான் மிக்காயில் அஷ்ராவி	197
23	சல்மா கத்றா ஐய்யூசி	204
24	லைலா அல்லூஷ்	206
25	அப்துல்லா றத்வான்	209
26	நயோமி ஷிஹாப் நியே	213
27	கஸ்ஸான் சக்தன்	216
28	யுசுப் அப்துல் அஸிஸ்	219
29	சுஹைர் அபு ஷயிப்	224
30	அமினா கசக்	227
	பயன்பட்ட நூல்கள்	232

முன்னுரை

எட்டு ஆண்டுகளுக்குப் பின்னர் எனது 'பலஸ்தீனக் கவிதைகள்' விரிவாக்கப்பட்ட மூன்றாம் பதிப்பு வெளிவருகின்றது. இத்தொகுப்பு படிப்படியாக விரிவடைந்துவருவது எனக்கு மகிழ்ச்சியே. சுமார் இருபத்தைந்து ஆண்டுகளுக்குமுன் 1981இல் பலஸ்தீனக் கவிதைகள் முதல் பதிப்பு வெளிவந்தது. அதில் 9 கவிஞர்களின் 30 கவிதைகளே இடம்பெற்றிருந்தன. பின்னர் 2000 ஆண்டில் வெளிவந்த அதன் இரண்டாம் பதிப்பில் 15 கவிஞர்களின் 71 கவிதைகள் இடம்பெற்றன. இப்போது வெளிவரும் மேலும் விரிவாக்கப்பட்ட இந்த மூன்றாம் பதிப்பில் 30 கவிஞர்களின் 109 கவிதைகள் இடம்பெறுகின்றன. இந்தத் தொகுப்பில் புதிதாக 15 கவிஞர்களைச் சேர்த்துக்கொள்ள முடிந்ததில் எனக்கு மகிழ்ச்சியே. இவர்களில் பலர் புதிய தலைமுறையைச் சேர்ந்தவர்கள். அவ்வகையில் பலஸ்தீனக் கவிதைகளின் பன்முகத் தன்மையை இந்தத் தொகுப்பு சற்று விரிவான முறையில் தமிழுக்கு அறிமுகப்படுத்துகிறது என்று நம்புகிறேன்.

இந்தத் தொகுப்பில் இடம்பெறும் கவிஞர்களில் மிகச் சிலரே ஆங்கிலத்தில் எழுதுபவர்கள். பெரும்பாலோர் அரபு மொழியில் எழுதுபவர்கள். ஆங்கில மொழிபெயர்ப்பின் வழியாகவே இவர்கள் தமிழுக்கு அறிமுகமாகின்றனர். இத்தொகுப்பில் புதிதாக இடம்பெறும் கவிதைகள் சல்மா கத்றா ஜய்யூசி தொகுத்து வெளியிட்ட *Anthology of Modern Palestinian Literature* என்னும் தொகுப்பிலிருந்து தெரிவு செய்யப்பட்டவை.

இதன் முதல் பதிப்பில் ஒரு பெண்கவிஞரும் இரண்டாம் பதிப்பில் ஆறு பெண்கவிஞர்களும் இடம்பெற்றனர். இப்பதிப்பில் எட்டுப் பெண் கவிஞர்கள் இடம்பெறுகின்றனர். முன்னைய பதிப்புகள் போலன்றி இப்பதிப்பில் கவிஞர்கள், அவர்கள் பிறந்த ஆண்டு அடிப்படையில் வரிசைப்படுத்தப்பட்டுள்ளனர். தலைமுறை வேறுபாட்டின் அடிப் படையில் கவிதைப்பாணியில் காணப்படும் வேறுபாடுகளைப் புரிந்து கொள்ள இவ்வரிசைமுறை ஓரளவு உதவக்கூடும்.

இக்கவிதைகள் 1948இல் வல்லரசுகளால் பலஸ்தீன மண்ணில் இஸ்ரேல் உருவாக்கப்பட்ட பின்னர் கடந்த அறுபது ஆண்டுகளாகத் தொடரும் பலஸ்தீன மக்களின் அவல வாழ்வின் அனுபவ வெளிப்பாடுகள். அநியாயத்துக்கும் அடக்குமுறைக்கும் அடிபணிய மறுக்கும் மக்களின் எதிர்ப்புக் குரல்கள். உலகெங்கும் அத்தகைய அனுபவத்துக்குள்ளாகும் அனைத்து மக்களின் குரலாகவும் இவை ஒலிக்கின்றன. மனித உள்ளத்தில் நீதி உணர்வை உயிர்ப்பிக்கக் கூடிய வல்லமை இந்தக் கவிதைகளுக்கு உண்டு என்று நம்புகிறேன்.

விரிவாக்கப்பட்ட இம்மூன்றாம் பதிப்பை வெளியிட முன்வந்த அடையாளம் பதிப்புக் குழுவினருக்கு என் நன்றிகள்.

எம்.ஏ.நுஃமான்

தமிழ்த்துறை
பேராதனைப் பல்கலைக்கழகம்
இலங்கை

இரண்டாம் பதிப்பின் முன்னுரை

பலஸ்தீனக் கவிதைகளின் முதலாம் பதிப்பு 1981 நவம்பரில் வெளிவந்தது. அத்தொகுதியில் 9 கவிஞர்களின் 30 கவிதைகளே இடம்பெற்றன. இப்போது வெளிவரும் திருத்தி விரிவாக்கப்பட்ட இந்த இரண்டாம் பதிப்பில் 15 கவிஞர்களின் 71 கவிதைகள் இடம்பெறுகின்றன. நிசார் கப்பானியும், ஃபத்வா துக்கான் தவிர்ந்த ஏனைய ஐந்து பெண் கவிஞர்களும் இத்தொகுதியில் புதிதாக இடம்பெறுகின்றனர். மொத்தம் ஆறு பலஸ்தீனப் பெண் கவிஞர்கள் இத்தொகுப்பில் இடம் பெற்றுள்ளமை ஒரு முக்கிய அம்சமாகும். நிசார்க் கப்பானி பிறப்பால் ஒரு பாலஸ்தீனர் அல்ல எனினும் அவரது கவிதைகள் பலஸ்தீனப் போராட்டத்தின் வெளிப்பாடுகளே என்ற வகையில் இத்தொகுப்பில் சேர்த்துக் கொள்ளப்பட்டுள்ளன.

பலஸ்தீனக் கவிதைகள் வெளிப்படையான அரசியல் சார்புடையவை. இது பலஸ்தீனப் படைப்பாளிகளின் வாழ்நிலை அனுபவத்தின் அடிப்படையில் அமைவது. அவர்களின் ஒவ்வொரு உயிர்க்கணுவும் அன்றாட அரசியல் சங்கிலியால் பிணிக்கப்பட்டுள்ளது. அவர்களால் அதிலிருந்து தப்பமுடியாது. பலஸ்தீனக் கவிதைகளை ஒருமித்துப் படிக்கும்போது அவை எல்லாமே ஒரே பொருளை வெவ்வேறு குரலில் பேசுவதுபோல் நமக்குத் தோன்றக் கூடும். அடக்குமுறைக்கு அடிபணிய மறுக்கும், நாடற்று அகதியாக்கப்பட்டவர்களின் அவலமும் ஆவேசமும் அவ்வாறுதான் ஒலிக்கும் போலும், கவிதையை, இலக்கியத்தை சமூக அரசியல் இயக்கங்களிலிருந்து வேறுபிரித்து அதைத் தம் உள்ளுணர்வின் குரலாகப் பூஜிக்கும் சில தமிழ் நாட்டுப் படைப்பாளிகளுக்கு, விமர்சகர்களுக்கு அல்லது வாசகர்களுக்கு இந்தக் கவிதைகளின் குரல் ஒரு நெருடலாக, கவிதைக்குப் புறம்பான வெற்றுக் கோசமாகக்கூடத் தோன்றக்கூடும். இதற்கு மறுதலையில் ஈழத்துப் படைப்பாளிகள், வாசகர்களைப் பொறுத்தவரை இது அவர்களின் உணர்வின் குரலாக அவர்களின் சொந்த வாழ்க்கை அனுபவத்தின் வெளிப்பாடாகவே அமைகின்றது. கடந்த இருபது ஆண்டுகளுள் பலஸ்தீனக் கவிதை சமகால ஈழத்துத் தமிழ்க் கவிதை மரபுக்குள் உள்வாங்கப்பட்டதன்

பின்னணி இதுதான். உலகின் எந்த ஒரு மூலையிலும் எல்லாவிதமான அடக்குமுறைகளையும் எதிர்த்துப் போராடும் மக்களின் குரலாகவும் பலஸ்தீனக் கவிதையின் குரல் ஒலிக்கின்றது எனக் கூறுவது தவறல்ல.

கடந்த பத்து ஆண்டுகளுள் பலஸ்தீன, அரபுக் கவிதைகள் பல தமிழில் மொழிபெயர்க்கப்பட்டுள்ளன. அவற்றுட் சில தொகுப்புகளாகவும் வெளிவந்துள்ளன. பண்ணாமத்துக் கவிராயரின் *காற்றின் மௌனம்* (1996), சி. சிவசேகரத்தின் *பணிதல் மறுத்தவர்* (1994) *பாலை அடோனிஸ் கவிதைகள்* (1999), யமுனா ராஜேந்திரனின் *25 கவிதைகளும் 500 கமாண்டோக்களும்* (1994), வ. கீதா, எஸ்.வி. ராஜதுரை ஆகியோரின் *அவ்வப்போது பறித்த அக்கரைப் பூக்கள்* (1993) ஆகியவற்றைக் குறிப்பிடலாம். இவர்கள் மொழிபெயர்த்த கவிதைகளுட் சில எனது மொழிபெயர்ப்பிலும் இத்தொகுப்பில் இடம்பெற்றுள்ளன. இம்மொழி பெயர்ப்புகளில் காணப்படும் வேறுபாடுகள் கவனத்துக்குரியன. ஒரு கவிதையைப் பத்துப்பேர் மொழிபெயர்த்தால் பத்து வேறுபட்ட கவிதைப் பிரதிகள் கிடைக்கும் என்று நிச்சயம் சொல்லலாம். சில சொற் தேர்விலாவது இவ்வோறுபாடு காணப்படும். ஒருவரது மொழிபெயர்ப்பு மற்றவரின் மொழிபெயர்ப்பு போலவே அமைவதற்குரிய சாத்தியம் அரிதாகும்.

உதாரணமாக இத்தொகுப்பிலுள்ள மஹ்மூத் தர்வீஷின் *வாக்கு மூலம்* என்ற கவிதை யமுனா ராஜேந்திரனின் தொகுப்பில் *விசாரணை* என்ற தலைப்பில் மொழிபெயர்க்கப்பட்டுள்ளது. இரு மொழிபெயர்ப்பு களையும் ஒப்பிட்டு நோக்குவது சுவாரசியமான அனுபவமாக அமையும். *பலஸ்தீனக் கவிதைகள்* முதலாம் பதிப்பில் இடம்பெற்ற இதே கவிதை யின் எனது மொழிபெயர்ப்புக்கும் இப்போது இந்த இரண்டாம் பதிப்பில் இடம்பெற்றுள்ள எனது மொழிபெயர்ப்புக்கும் இடையேகூட அதிக வேறுபாடுகள் உள்ளன. இதற்கு மூலமாகப் பயன்படுத்திய ஆங்கில மொழிபெயர்ப்புகளில் காணப்படும் வேறுபாடுகளே இதற்குக் காரண மாகும். முதல் பதிப்பில் உள்ள மொழிபெர்ப்பு பி.எஸ். சர்மா பதிப்பித்த *Forever Palestine* என்னும் தொகுப்பில் *Investigation* என்ற தலைப்பில் உள்ள ஆங்கில மொழிபெயர்ப்பை அடிப்படையாகக் கொண்டது. இரண்டாம் பதிப்பிலுள்ள மொழிபெயர்ப்பு டேனிஸ் ஜோன்சன் டேவிஸின் நூலில் *Identity Card* என்ற தலைப்பிலுள்ள மொழி பெயர்பையும் ஒப்புநோக்கித் திருத்தி விரிவாக்கப்பட்டது. முதல் மொழிபெயர்ப்பாளர் கவிதையின் சில பகுதிகளை மொழி பெயர்க்காது தவிர்த்துள்ளார். ஒரு மொழி பெயர்ப்பாளர் மூலத்தின் சில பகுதிகளை நீக்கும் அதிகாரம் உடையவரா என்ற கேள்வி நியாயமானது. சில காரணங்களால் ஒரு மொழிபெயர்ப்பாளர் அவ்வாறு செய்ய

நேர்ந்தாலும் அது பற்றிக் குறிப்பிடும் கடப்பாடு அவருக்கு உண்டு என்பதே எனது நிலைப்பாடு.

ஒரு மொழிபெயர்ப்பாளர் ஒவ்வொரு முறையும் வெவ்வேறு மொழிபெயர்ப்புப் பிரச்சினைகளை எதிர்நோக்குகிறார். இப்பிரச்சினை களைத் தாண்டிச் செல்வது எளிதல்ல. மொழிபெயர்ப்பாளனின் தத்தளிப்பு நிரந்தரமானது என்பதே என் அனுபவம். எந்த ஒரு மொழி பெயர்ப்பும் முழு நிறைவானதல்ல. இழப்புகள் இல்லாத மொழி பெயர்ப்பு சாத்தியம் அல்ல என்றே தோன்றுகிறது. மொழிபெயர்ப்புக் குறைபாடுகளையும் மீறி இக்கவிதைகள் நிமிர்ந்து நிற்கின்றன என்றால் பலஸ்தீன மக்களின் துன்புற்ற ஆன்மாவின் உண்மையான குரலாக இவை ஒலிப்பதே காரணம் என்பேன்.

இத்தொகுப்பை வெளியிட முன்வந்த மூன்றாவது மனிதன் பதிப்பகத் திற்கும், நண்பர் எம்.பௌசருக்கும் என் நன்றிகள்.

எம். ஏ. நுஃமான்
4.11.2000

முதலாம் பதிப்பின் முன்னுரை

சமகாலப் பலஸ்தீன வரலாறு அதர்மத்தினதும் அநீதியினதும் அவற்றுக் கெதிரான போராட்டத்தினதும் வரலாறாகும். 1917ல் பலஸ்தீன சனத் தொகை ஏழு இலட்சமாக இருந்தது. இதில் 5,74,000பேர் அரபு முஸ்லிம்கள், 70,000 பேர் கிறிஸ்தவர்கள், 56,000 பேர் யூதர்கள், பலஸ்தீன மொத்த நிலப்பரப்பில் 2 சதவீதத்தை மட்டுமே யூதர்கள் வைத்திருந்தனர். ஆனால் 1948ல் அராபியர் 1,415,000 ஆகவும் யூதர்கள் 7,59,000 ஆகவும் அதிகரித் தனர். அதாவது முப்பது ஆண்டுகளுக்குள் அராபியரின் எண்ணிக்கை இரு மடங்கு அதிகரிக்க, யூதர்கள் பதின்மூன்று மடங்கு அதிகரித்தனர். ஐரோப்பிய யூதர்களின் அபரிமிதமான குடியேற்றமே இதன் காரணமாகும்.

சியோனிசத்தினதும், பிரித்தானிய, அமெரிக்க ஏகாதிபத்தியங்களதும் கூட்டுச் சதியினால் பலஸ்தீன மண்ணில் இஸ்ரவேல் உருவாக்கப்பட்ட போது, 156,000 பலஸ்தீன அராபியர் மட்டுமே தங்கள் சொந்தத் தாயத்தில் தங்கியிருக்க அனுமதிக்கப்பட்டனர். ஏனையோர் அகதிகளாகத் துரத்தப் பட்டனர். முதலாவது அரபு இஸ்ரேல் யுத்தத்தின் மூலம் பலஸ்தீன நிலப்பரப்பில் 77 சதவீதத்தை இஸ்ரவேல் அபகரித்துக் கொண்டது. 1949ல் இஸ்ரேலின் சனத்தொகை 1,173,900 ஆகும். இதில் 86.4 வீதம் யூதர்கள். 13.6 வீதம் மட்டுமே அராபியர். திட்டமிட்ட யூத குடியேற்றத் தினாலும், வன்செயல்களினாலும் பலஸ்தீன அரபு மக்கள் தங்கள் சொந்த நாட்டில் இருந்து துரத்தப்பட்ட தன் விளைவே இது.

தொடர்ந்து பிரயோகிக்கப்பட்டு வந்த வன்முறைகள் மூலமே பலஸ்தீன மக்களின் தாயகம் அபகரிக்கப்பட்டது. 1948 டிசம்பருக்கும் 1949 பெப்ரவரிக்கும் இடைப்பட்ட மூன்று மாத காலத்துள் மட்டும் ஆயுதம் தாங்கிய சியோனிச குழுவினர் பலஸ்தீன மக்களைத் தங்கள் சொந்த நிலத்தில் இருந்து துரத்தும் நோக்குடன் இரண்டாயிரத்துக்கும் அதிகமான வன்செயல்களைப் புரிந்தனர். பெண்கள், குழந்தைகள், முதியோர் உட்பட நூற்றுக்கணக்கான கிராமவாசிகளைக் கொன்று குவித்தனர். இத்தகைய வன்முறைச் சம்பவங்களால் முதலாவது அரபு இஸ்ரேல் யுத்தம் தொடங்குவதற்கு முன்னரே சுமார் இரண்டரை இலட்சம் பலஸ்தீன மக்கள் தங்கள் தாய் நாட்டை விட்டுச் சென்றனர்.

1948–1949 யுத்தத்தில் 250 அரபுக் கிராமங்கள் முற்றாக அழிக்கப்பட்டன. ஜபா, லித்தா, அக்றே, பெய்சன் அகிய நகரங்கள் கைவிடப்பட்டன. சுமார் ஒன்பது இலட்சம் பலஸ்தீனர் அகதிகளாயினர். 1967ல் நடைபெற்ற இஸ்ரேலின் ஆக்கிரமிப்பினால் மேலும் 5,25,000 பேர் அகதிகளாயினர். 1967க்கும் 1970க்கும் இடைப்பட்ட மூன்றாண்டுகளுள் 700 அரபு நகரங்களும் கிராமங்களும் அழிக்கப்பட்டன. பல்லாயிரக்கணக்கான அராபியர் துரத்தப்பட்டனர்.

இன்று பலஸ்தீன மக்கள் மரணத்துள் வாழ்வு தேடுகின்றனர். அபகரிக்கப்பட்ட தங்கள் தாய் நாட்டுக்காகவும், சுதந்திரத்துக்காகவும் போராடுகின்றனர். அவர்களது போராட்டம் சியோனிசத்துக்கு எதிரானது மட்டுமல்ல, ஏகாதிபத்தியத்துக்கு எதிரானதுமாகும். அவ்வகையில் பலஸ்தீன விடுதலைப் போராட்டம் உலகெங்கும் விடுதலைக்காகப் போராடும் மக்களின் போராட்டத்தின் ஒரு பகுதியாகும். ஆகவேதான் அநீதியின் பக்கம் நிற்பவர்களைத் தவிர உலக மக்கள் அனைவரும் பலஸ்தீன விடுதலைப் போராட்டத்தை அங்கீகரித்துள்ளனர், அவர்களுக்கு நீதி கிடைக்க வேண்டுமென்று கோருகின்றனர்.

பலஸ்தீன மக்களின் விடுதலைப் போராட்டத்தக்கு ஆதரவு வழங்கும் முகமாகவே இப்போது இக்கவிதைத் தொகுதியை வெளியிடுகிறேன். இக்கவிதைகள் பலஸ்தீன மக்களை நேரடியாகப் புரிந்து கொள்ள நமக்கு உதவும். இக்கவிதைகளில் வெளிப்படும் அவர்களது உண்மையான உள்ளத்துணர்ச்சி நமது நெஞ்சைத் தொடும் என்றே நம்புகிறேன்.

இத்தொகுப்பில் உள்ள கவிதைகள் அனைத்தும் பலஸ்தீன விடுதலைப் போராட்டத்துடன் நேரடியான தொடர்புடையவை. இலக்கியத்துக்கும் அரசியலுக்குமிடையே உள்ள பிரிக்கமுடியாத உறவை இக்கவிதைகள் பகிரங்கப்படுத்துகின்றன. பலஸ்தீன மக்களின் துயர் நிலையையும், விடுதலைப் போராட்ட உணர்வையும் இவை பிழிந்து தருகின்றன. அவர்களின் 'ஆளுமையையும் அபிலாசைகளையும், உணர்ச்சியின் ஆழத்தையும் திடசித்தத்தையும் பண்பாட்டு விழுமியங்களையும்' இவை சொற்களில் வடித்துத் தருகின்றன. கவிதை அவர்களின் உணர்ச்சியின் ஊற்றாகவும் வடிகாலாகவும் இருப்பதை நாம் இதில் காண்கிறோம். இக்கவிஞர்கள் துப்பாக்கியை அல்ல, பேனாவைத் தூக்கிய 'கொமாண்டோக்'களாகவே காட்சியளிக்கின்றனர்.

இத்தொகுப்பிலே, பிரபலமான ஒன்பது பலஸ்தீனக் கவிஞர்களின் முப்பது கவிதைகள் இடம்பெற்றுள்ளன. இக்கவிதைகள் அனைத்தும், பலஸ்தீன விடுதலை இயக்கத்தின் இந்திய அலுவலகம் 1967இல் வெளியிட்ட Forever Palestine என்னும் ஆங்கிலக் கவிதைத் தொகுப்பில் இருந்து தேர்ந்தெடுக்கப்பட்டவை. இத்தொகுப்பிலுள்ள கவிதைகளுள்

சமீஹ் அல் காசீமின் ஏழு கவிதைகளையும் எனது வேண்டுகோளுக்கு இணங்க நண்பர் முருகையன் மொழிபெயர்த்து உதவினார். அவருக்கு என் நன்றி. ஏனைய இருபத்திமூன்று கவிதைகளும், பலஸ்தீனப் போராட்டக் கவிதைகள் பற்றிய கடாகர்மியின் கட்டுரையும் என்னால் மொழிபெயர்க்கப்பட்டன. முடிந்த அளவு ஆங்கில மொழி பெயர்ப்புக்கு விசுவாசமாகவே தமிழாக்கத்தை அமைத்துள்ளோம்.

மிகச்சிறந்த கவித்துவ வளமுடைய உலக மொழிகள் சிலவற்றுள் அரபு மொழியும் ஒன்று என அறிஞர்கள் கூறுவர். அரபுக் கவிதையை ஆங்கில மொழி பெயர்ப்பு மூலம் தமிழுக்குக் கொண்டுவரும்போது மூலக் கவிதையின் வீச்சும் வேகமும் மூன்றாவது மொழியிலும் அவ்வாறே இருக்குமென்று ஒருபோதும் எதிர்பார்க்க முடியாது. அதையும் மீறி இத்தொகுப்பிலே பலஸ்தீனக் கவிஞர்களின் வீறார்ந்த உணர்ச்சியை நாம் ஓரளவு தரிசிக்க முடிகிறதென்றால் அதற்குக் காரணம் மொழி பெயர்ப்பின் சிறப்பு அல்ல; மழுங்கடிக்க முடியாத மூலக் கவிதையின் சிறப்பேயாகும் என்றே நான் கூறுவேன். சிரமம் பாராது, இந்தத் தமிழாக்கத்தை ஆங்கில மொழிபெயர்ப்புடன் ஒப்புநோக்கி ஆலோசனைகளும் திருத்தங்களும் கூறிய யாழ் பல்கலைக்கழக ஆங்கிலத் துறையைச் சேர்ந்த நண்பர் ஏ.ஜே. கனரத்தினா அவர்களுக்கு என் நன்றி உரியது.

எம்.ஏ.நுஃமான்
1981

பலஸ்தீனக் கவிதைகள் ஓர் அறிமுகம்

கடாகர்மி

அரேபியக் கலாசார மரபில் எப்போதும் கவிதை ஒரு முக்கிய பாத்திரம் வகித்து வந்துள்ளது. இஸ்லாத்திற்கு முந்திய காலத்திலிருந்து அது கலையாக மட்டுமன்றி ஒரு வாழ்க்கை முறையாகவும் கருதப்பட்டு வந்துள்ளது. ஒவ்வொரு இனக்குழுவும் தனக்கே உரிய கவிஞர்களைக் கொண்டிருந்தது. அவர்கள் தங்கள் குழுக்களின் தலைவர்களைப் புகழ்ந்தோ அல்லது தங்களுக்கு எதிரான இனக்குழுக்களை இகழ்ந்தோ கவிதைகளை இயற்றினார்கள். அக்கால வாழ்க்கை முறை நாகரீகமான தாக இருக்கவில்லை. அவர்களின் கவிதைகள் உள்ளூர்ச் செய்திகளை யும் பாலைவன வாசிகளான அரேபியரின் கற்பனைக்குரிய நட்சத்திரங்கள், மணல்வெளி, ஒட்டகம் முதலியனவற்றையும் பற்றியதாகவே இருந்தன. அக்காலக் கவிதைகள் தாளில் எழுதப்படவில்லை. ஆனால் அதற் கென்றே உரிய சிலர் அக்கவிதைகளை மனப்பாடம் செய்து தேவை யான போது பாடிக்காட்டக்கூடியவர்களாக இருந்தனர். இவ்வினக் குழுக் கவிஞர்கள் மிகுந்த செல்வாக்கானவர்களாகவும் இருந்தனர். ஓர் இனக்குழுவை இகழ்ந்து பாடப்பட்ட ஒரு கவிதையே இரண்டு குழுக்களுக்கிடையே பயங்கரமான யுத்தம் ஏற்படுவதற்கு காரணமாக அமைவதும் உண்டு.

ஏழாம் நூற்றாண்டில் இஸ்லாத்தின் வரவுடன் அரேபியர்கள் தங்கள் மொழியை மிகவும் நேசிக்கத் தொடங்கினார்கள். புனித நூலாகிய குர்ஆனும் அரபு மொழியிலேயே உள்ளது. குர்ஆன் இறைவனின் உண்மையான வார்த்தை என்றே முஸ்லிம் மக்கள் நம்புகின்றனர். இக்காரணத்தினால் முன் எப்போதையும் விட மொழி முக்கியமானதாக மாறியது. கவிதை அழகியல் வெளிப்பாட்டுக்குரிய பிரதான ஊடக மாகக் கருதப்பட்டது. அரேபிய சாம்ராஜ்யம் ஸ்பானியாவிலிருந்து 'சமர்க்கந்து' வரை பரவிய, அரேபிய வரலாற்றின் பொற்காலமாகக் கருதப்படும் 8, 9, 10ஆம் நூற்றாண்டுகளில் ஒவ்வொரு கலீபாவின் அரண்மனையிலும் பெருந்தொகையான தொழில் முறைக் கவிஞர்கள் இருந்தனர். இக்கவிஞர்கள் கலீபாவைப் புகழ்ந்து பாடிப் பெறும் பரிசில்கள் மூலம் வாழ்க்கை நடத்தினர். கலீபாவின் கவனத்தைக்

கவர்வதற்காக ஒரே நேரத்தில் 50, 60 கவிஞர்கள் போட்டியிட்டு மோதிக்கொள்வார்கள். இக்காலகட்டத்தில் மிகப் பிரபலமான சில அரபுக் கவிஞர்கள் தோன்றினார்கள். ஒவ்வொரு அரபு பாடசாலை மாணவனும் இப்போது இவர்களின் கவிதைகளைப் படிக்கவும் பாடவும் செய்கின்றனர். இக்காலகட்டத்திலேதான் ஆரம்ப அரசியல் கவிதைகள் தோன்றின. சாம்ராஜ்யத்தில் குழப்பம் மிகுந்த காலங்களில் அரசியல் கருத்துகளையும், அபிப்பிராயங்களையும் வெளிப்படுத்தும் கவிதைகள் பெருமளவில் இயற்றப்பட்டன. உதாரணமாக, ஒன்பதாம் நூற்றாண்டில் கலீபா ஹாரூன் அல் றசீதின் மரணத்தின் பின்னர் அவரது இரண்டு மக்களுக்கும் இடையே சிம்மாசனத்திற்கான போராட்டம் நிகழ்ந்த போது இவ்வாறு அரசியல் கவிதைகள் பல தோன்றின. அத்தகைய கவிதைகள் அரசியல் சூழ்நிலைகளை பொறுத்து தோன்றிக் கொண்டும் மறைந்து கொண்டும் இருந்தன. ஆயினும், அக்கால கட்டத்தில் அவை அதிகமாக கவனிக்கப்படவில்லை.

இந்த நூற்றாண்டின், ஆரம்பத்திலிருந்துதான் காத்திரமான அரசியல் கவிதைகள் அரேபியர்களிடையே தோன்றத் தொடங்கின. அரேபிய சாம்ராஜ்யத்தின் பிரகாசம் நீண்ட காலத்திற்கு முன்பே மங்கத் தொடங்கி விட்டது. அரேபியர்கள் துருக்கியின் அதிகாரத்தின் கீழ் இருந்தனர். இந்த நூற்றாண்டின் தொடக்க ஆண்டுகளில் ஆரம்பித்த அரேபிய தேசிய உணர்ச்சியின் எழுச்சியுடன் அரசியல் கவிதைகளிலும் ஓர் புதிய அலை தொடங்கியது. தேசிய உணர்ச்சியை அக்கவிதைகள் பிரதிபலித்தன. ஒரு நாட்காலை பெய்ரூத் மக்கள் விழிந்தெழுந்ததும், அரேபியர்கள் தங்களைத் துருக்கியின் ஆதிக்கதிலிருந்து விடுவித்துக் கொள்ளத் தூண்டும் கவிதைகள் தங்கள் நகரச் சுவர்களில் எழுதப்பட்டிருப்பதைக் கண்டனர். இத்தகைய கவிதைகள் விரைவாக அரபு உலகம் முழுவதிலும் எழுதப்படத் தொடங்கின. அரேபியர்கள் பண்டைய இனக்குழு நாட்களில் துலங்கியதைப் போல கவிதையின் அழைப்பிற்குச் செவி கொடுக்கத் தொடங்கினார்கள்.

துருக்கிய அதிகாரிகள் இதைப் பார்த்துக்கொண்டு இருக்கவில்லை. அவர்கள் பழிவாங்கத் தொடங்கினார்கள். கடுமையான அடக்குமுறை கட்டவிழ்த்து விடப்பட்டது. கவிஞர்கள் சுற்றி வளைக்கப்பட்டார்கள்; கொலை செய்யப்பட்டார்கள்; நாடு கடத்தப்பட்டார்கள்; அல்லது சிறையிடப்பட்டார்கள். உதுமானிய சாம்ராச்சியம் இறுதியில் முறியடிக்கப்பட்டது. அரேபியர்கள் அதன் அதிகாரத்திலிருந்து விடுதலை செய்யப்பட்டனர். ஆனால் அரபுக் கவிதை அடக்கப்பட்ட அல்லது அரபுக்கவிஞர்கள் தங்கள் படைப்புகளுக்காகத் துன்பம் அனுபவித்த இறுதிச் சந்தர்ப்பமாக அது இருக்கவில்லை. பலஸ்தீனர்கள் – அரபு

உலகில் வேறுயாரும் அதைப்பற்றி உணர்ந்து கொள்வதற்கு முன்பே – சியோனிச அபாயத்தைப் பற்றிய தங்களது பயத்தையும் அனாதரவான நிலையையும் 1920களிலேயே எழுதத் தொடங்கிவிட்டார்கள். அத்தகைய கவிதைகள் 1930களில் குறிப்பாக 1936ஆம் ஆண்டு நிகழ்ந்த பலஸ்தீனப் பொதுவேலைநிறுத்தக் கிளர்ச்சிக் காலகட்டத்தில் பெருமளவிலும் சக்தி வாய்ந்ததாகவும் வெளிவந்தன. பிரித்தானிய அதிகாரிகள் அதை அடக்க முயன்றனர். கவிஞர்கள் கைது செய்யப்பட்டு விசாரிக்கப் பட்டார்கள். கிளர்ச்சியூட்டும் கவிதைகளைத் தாங்கிவரும் எந்த ஒரு பலஸ்தீனச் செய்திப் பத்திரிகையும் தற்காலிகமாக மூடப்பட்டது. இந்தத் தணிக்கை முறை 1930களின் இறுதியில் நடைமுறைக்கு வந்தது; 1940 களிலும் தொடர்ந்து கடைப்பிடிக்கப்பட்டது. பலஸ்தீன இலக்கியத்தின் எழுச்சியை நசுக்குவதற்கு பிரதம தணிக்கையாளராக பிரிட்டிஷ் அரசாங்கம் ஹேபேட் சாமுவேலின் மகனை நியமித்தது குறிப்பிடத்தக்கது. இவர் தனது தகப்பனைப் போலவே பூரணமாக சியோனிச இயக்கத்திற்குத் தன்னை அர்ப்பணித்தவர் என்பது பிரசித்தம்.

1948க்குப் பின்னர் துர்ப்பாக்கியம் தற்காலிகமாகப் பலஸ்தீன மக்க ளின் மேல் கவிழ்ந்தது. அவர்களுடைய வாய்சாலகம் தற்காலிகமாக மௌனமடைந்தது. அதனிடையே அவர்கள் நாடுகடத்தவும் துரத்தவும் பட்டார்கள். அத்தகைய சிக்கல்களுடன் போராடிக் கொண்டிருந்தார்கள். எவ்வாறெனினும் அரபு உலகின் எல்லா இடங்களிலும் அவர்களது வழிவந்த கவிஞர்கள் பலஸ்தீனத் துன்பியலினால் விழித்தெழுந்து அரேபியர்களை ஐக்கியப்படவும், கொள்ளையடிக்கப்பட்ட நாட்டைத் திரும்பப் பெறவும் கோரிக் கவிதைகள் படைக்கத் தொடங்கினார்கள். 1950இல் பலஸ்தீனக் கவிதைகள் திரும்பவும் மீட்கப்பட்டுப் புதிய உக்கிரத்துடன் எழுதப்படத்தொடங்கின. 1956இல் 'கபர்கசம்' என்னும் சிறிய பலஸ்தீனக் கிராமத்தின் அப்பாவி மக்களை இஸ்ரேல் ராணுவத்தினர் கொன்று குவித்தனர். இந்த நிகழ்ச்சி பலஸ்தீனருக்கு ஆத்திரமூட்டியது. அவர்களது கவிதை வெஞ்சினங் கொண்டதாகவும் உக்கிரமான சர்ச்சைக்குரியதாகவும் மாறியது. இதன் பெறுபேறாக இஸ்ரேல் அதிகாரிகளின் மிருகத்தனமான அடக்குமுறையின் ஒரு புதிய அலை தோன்றியது. அவர்களுக்கு முன்னிருந்த துருக்கியர்களைப் போலவே இந்தப் புதிய தலைமுறைக் கவிஞர்களை அவர்கள் சிறை யில் இட்டார்கள். நாடு கடத்தினார்கள். வீட்டுக்காவலில் வைத்தார்கள்; அல்லது அவர்களை மௌனமாக இருக்கச் செய்ய முயன்றார்கள். இவ்வாறு நாடு கடத்தப்பட்ட கவிஞர்களுள் ஒருவர்தான் கமால் நசிர். இறுதியில் இவர் பெய்ரூபத்தில் வசிக்கச் சென்றார். ஆயினும், 1973ஆம் ஆண்டு ஏப்பிரல் மாதம் இஸ்ரேலர்களினால் இவர் கொல்லப்பட்டார்.

1960இல் புதிய பலஸ்தீனக் கவிஞர் குழு ஒன்று தோன்றியது. இவர்கள் பெரும்பாலும் இளைஞர்கள். பெரும்பாலும் இஸ்ரேலின் அதிகாரத்தின் கீழ் வாழ்பவர்கள். ஆக்கிரமிப்பின் கொடிய துன்பங்களைத் தவிர வேறு எதையும் தங்கள் வாழ்நாளில் அறியாதவர்கள். ஒரு புதிய சங்கற்பத்தையும் ஒரு புதிய அறைகூவலையும் தங்கள் கவிதைகளில் வெளிப்படுத்துபவர்கள். மஹ்மூத் தர்வீஷ், சமிஹ் அல் காசிம், தௌபீக் சைய்யத் போன்ற இத்தகைய கவிஞர்களுடன் போராட்டக் கவிதை மறுபிறப்பு எடுத்தது. முந்திய யுகத்துக் கவிதையில் காணப்பட்ட துன்பியல், விதியின்மீது இளைஞர்களின் வெற்றிப் பேரிகையாக மாற்றப்பட்டது. இவர்களின் கவிதைகள் வீடற்றநிலை, அபகரிப்பு, தாய்நாட்டின் மீதுள்ள காதல் என்பவற்றைப் பேசுகின்றன. எனினும், அதே சமயம் போராட்டத் துணிவு, பூரண சங்காரத்தை எதிர்த்து நிற்றல், மனிதாபிமானமற்ற அந்நிய ஆட்சியை நிராகரித்தல் ஆகியவற்றையும் அவை பேசுகின்றன. இக்கவிதைகளினூடே ஒரு உறுதிப்பாடும் மனவெழுச்சியும் பரவி உள்ளன. அரேபியர்களின் மொழி மீண்டும் ஒருமுறை அவர்களது அறைகூவலையும் ஏக்கத்தையும் உச்சமாக வெளிக்காட்டுகின்றது.

இஸ்ரேல் இக்கவிஞர்களை நசுக்குவது, பலஸ்தீன மக்களைச் சங்காரம் செய்வதற்கு எடுக்கும் பிறிதொரு முயற்சியாகும். அதாவது அவர்களது கலாசாரத் தனித்துவத்தை அடக்குவதன் மூலம் இதைச் சாதிக்க முயல்கிறார்கள். 1948 முதல் இஸ்ரேல் பலஸ்தீனர்களை ஏதோ ஒரு வழியில் அழித்துவிடுவதற்கு முயற்சிசெய்து வருகின்றது. அதன் மூலம் அவர்களது நாட்டின் உரிமையைக் கவர்ந்ததற்குரிய நேரடியான சாட்சியத்தை அகற்றிவிட முடியும் என்று இஸ்ரேல் கருதுகின்றது. அவர்களால் பழிவாங்கப்படும் அபாயத்தில் இருந்து தப்பித்துக் கொள்வதற்கும்கூட அது உதவும் என்று இஸ்ரேல் கருதுகின்றது. அரபு அகதிகள் என்ற பெயரில் அண்மையிலுள்ள அரபு நாடுகளில் குடியேறுவதன் மூலம் பலஸ்தீனர்கள் மறைந்து போவார்கள் என்று இஸ்ரேல் ஆரம்பத்தில் நம்பியது. அதன் அடிப்படையில் அப்படி ஒரு பகுதியினர் இருந்தார்கள் என்பதை உலகம் மறந்துபோகச் செய்வதற்கான பிரச்சார முறைகளைத் தொடங்கினார்கள். மேலை நாடுகளில் பலஸ்தீன், பலஸ்தீனர் என்ற சொற்கள் உபயோகத்திலிருந்து அகற்றப்பட்டன. இஸ்ரேலின் பாடசாலை மாணவர்களுக்கு, அவர்களுடைய பெற்றோர் அவர்களுடைய நாட்டை நிரப்புவதற்குத் திரும்பி வரும் வரை அவர்களது நாடு மனிதர்கள் இல்லாத நிலமாக இருந்து வந்ததாகக் கற்பிக்கப்பட்டது. முக்கியமான இஸ்ரேல் தலைவர்கள் எல்லோரும் 1948க்கு முன்னரே அங்கு வசிப்பதற்கு வந்துவிட்டார்கள்; சண்டையிட்டார்கள்; கொன்றார்கள். ஆயிரக்கணக்கான பலஸ்தீனர்களைத் துரத்தினார்கள்.

ஆனால் அவர்கள்தான் பலஸ்தீன மக்கள் என அப்படியாரும் இருக்க வில்லை என்று இப்போது கூறுகின்றார்கள்.

பலஸ்தீனப் போராட்ட இயக்கத்தின் எழுச்சியுடன் இப்பிரச்சாரம் தோல்வியடைந்தது. குறிப்பாக 1967ஆம் ஆண்டு யுத்தத்திற்குப் பின்னர் அது முற்றிலும் சாத்தியமற்றதாக மாறிவிட்டது. இஸ்ரேல் ஆக்கிரமித்த பிரதேசங்கள் பலஸ்தீனர்களின் சொந்தப் பிரதேசங்களே என்பதை இஸ்ரேல் மக்களே தெளிவாகக் கண்டார்கள். ஆகவே, பலஸ்தீனர் களைச் சங்காரஞ் செய்யும் முயற்சியில் இஸ்ரேல் முழு மூச்சாக ஈடுபட்டது. சிரிய, லெபனானியக் கிராமங்களிலும் அகதிகள் முகாம் களிலும் விமானத் தாக்குதல்களும், இராணுவ நடவடிக்கைகளும் மிகவும் அதிகரித்தன. மேலும் போராட்ட இயக்கத்தை அழித்தொழிக்கும் தனது முயற்சியில் உதவுவதற்கு ஜோர்தான், லெபனான் தலைவர்களை இஸ்ரேல் நிர்ப்பந்தித்தது.

பலஸ்தீனக் கவிஞர்கள் மீதும், எழுத்தாளர் மீதும் திணிக்கப்பட்ட கட்டுப்பாட்டை நாம் இந்தப் பின்னணியில் வைத்தும் நோக்க வேண்டும். பலஸ்தீன ஆன்மாவை, முற்றிலும் அதற்கேயுரிய விசேட குண இயல் புடன் மீள் உயிர்ப்படைய அனுமதிக்க முடியாது; அனுமதித்தால், இஸ்ரேலின் ஆதிக்கத்திற்கு எதிரான போராட்டத்தின் ஒரு மீள் எழுச்சி என்பது மட்டுமன்றி யூத அரசின் பலவீனமான தொடர்புகளை அச்சுறுத்துவதாகவும் அது இருக்கும் என்பது இஸ்ரேலரின் கருத்து. இஸ்ரேல் மக்களில் அநேகர் நடைமுறையில் அனுசரிக்காத ஒரு மதத்தைத் தவிர இஸ்ரேலுக்கு அதற்கேயுரிய சொந்தக் கலாச்சாரமோ, புகழ்ச்சிக்குரிய ஒரு வரலாறோ, பங்குகொள்வதற்குரிய சம்பிரதாயங் களோ, தேசிய இசையோ, தேசிய உடையோ, தேசிய சமையல் முறையோகூட இல்லை என்பதை இஸ்ரேல் தலைவர்கள் நன்கு அறிவார்கள். இந்த இடைவெளியை நிரப்புவதற்காக இஸ்ரேலர்கள், பிரதேச அரேபியக் கலாச்சார அம்சங்களைப் பெற்றுக் கொண்டு, அதையே தங்கள் சொந்தக் கலாச்சாரம் என்று அழைக்கின்றனர். இங்கிலாந்து போன்ற வெளிநாடுகளில் அண்மைக் காலத்தில் இஸ்ரேலின் கலாசார அம்சங்கள் என்று அறிமுகப்படுத்தப்படுவன எல்லாம் இவ்வாறு வந்தனவேயாகும்.

இஸ்ரேலின் கலாச்சாரப் பஞ்சமும், இஸ்ரேலர்களின் குறைவான பிறப்பு விகிதமும், அரேபியர்களின் சக்திவாய்ந்த கலாச்சாரத் தனித்துவம் வந்தேறியவர்களான தங்களை ஒரு நாள் முற்றாக விழுங்கிவிடும்; பலஸ்தீனர்களல்ல, தாங்களே சங்காரம் செய்யப்படுவோம் என்ற ஒரு உண்மையான ஆதங்கத்தை அவர்களுக்குக் கொடுத்திருக்க வேண்டும். *Jewish Chronicle* என்ற சஞ்சிகையில் (மே 4, 1973) இஸ்ரேலின் ஆறாண்டு

கால ஆட்சிக்குப்பின் ஆக்கிரமிக்கப்பட்ட பிரதேசங்களின் நிலைமை பற்றி அபா இபான் கொடுத்த ஒரு பேட்டியில் இந்தப் பயம் பிரதி பலித்தது. அவர் சொன்னார்:

'எங்கள் வெற்றியினால் பாதிக்கப்படாது அரேபிய தனித்துவம் எங்களதைப் பார்க்கிலும் மிகவும் பாதுகாப்பாகவே இருக்கின்றது. நாங்கள் அவர்களது சமூக நடத்தையில் அதிக பாதிப்பைச் செலுத்த வில்லை. நப்லஸ் அல்லது துல்கறம் என்னும் இடங்களுக்குப் போகும் யாரும் அங்கு அதிகமாக ஏதும் நடந்திருப்பதைக் காணமாட்டார். இஸ்ரேலின் பிரவேசம் வலுவற்றதும் நொய்மையானதுமாக இருப்பதும் 'அராபியம்' மிக ஆழமானதாகவும் இறுகியதாகவும் இருப்பதுமே இதன் காரணமாகும். அவர்கள் நமது சமுதாயத்தின் மீது அதிக பாதிப்பைச் செலுத்தி இருக்கிறார்கள். தனது தனித்துவத்தைப் பேணிக் கொள்வதற்காக இஸ்ரேல் சமூகம் அரேபியர்களிடம் இருந்து அதிகம் பாதுகாக்கப்பட வேண்டும் என்று நான் நினைக்கிறேன். அவர்களுக்கு நம்மிடம் இருந்து தேவைப்படும் பாதுகாப்பை விட நமக்கு அவர்களிடம் இருந்து அதிக பாதுகாப்புத் தேவைப்படுகிறது.'

அவரது கருத்தை யாரும் ஏற்றுக்கொள்ளாது இருக்க மாட்டார்கள். ஆனால் அவர்களால் துரத்தப்பட்ட மக்களின் தனித்துவத்தை அழித் தொழிக்க முயல்வதனால் இஸ்ரேலர்கள் ஒரு தனித்துவத்தைப் பெற்றுக் கொள்ள முடியாது என்பதையும் அபா இபான் சேர்த்துக் கொண்டிருக்க வேண்டும்.

(இக்கட்டுரை Arab Palestinian Resistance, தொகுதி VI, எண் 3, மார்ச், 1974 இதழிலிருந்து பெறப்பட்டது.)

இப்றாஹிம் துக்கான்
Ibrahim Tuqan

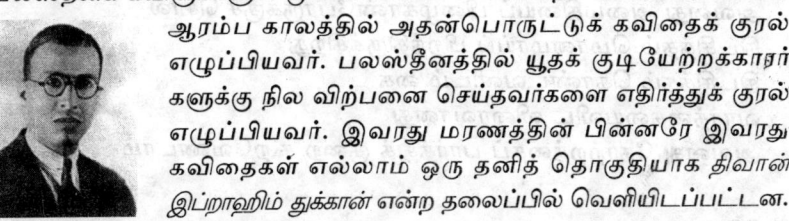

இப்றாஹிம் துக்கான் (1905 – 1941) முதல் தலைமுறையைச் சேர்ந்த நவீன பலஸ்தீனக் கவிஞர்களுள் முக்கியமானவர். பலஸ்தீனப் பிரச்சினையின் ஆரம்ப காலத்தில் அதன்பொருட்டுக் கவிதைக் குரல் எழுப்பியவர். பலஸ்தீனத்தில் யூதக் குடியேற்றக்காரர்களுக்கு நில விற்பனை செய்தவர்களை எதிர்த்துக் குரல் எழுப்பியவர். இவரது மரணத்தின் பின்னரே இவரது கவிதைகள் எல்லாம் ஒரு தனித் தொகுதியாக திவான் இப்றாஹிம் துக்கான் என்ற தலைப்பில் வெளியிடப்பட்டன.

கொமாண்டோ

அவனது பாதுகாப்பைப்பற்றிக் கவலைப்படாதே
அவன் தன் வாழ்வைத் தன் உள்ளங்கையில் வைத்திருக்கிறான்
கவலைகள் அவனது கபனுக்காக
ஒரு தலையணையைப் பதிலீடுசெய்துள்ளன
அவன் அந்த நேரத்துக்காகக் காத்திருக்கையில்
அவனது மரணத்தின் கொடிய நேரத்துக்குள்
அது அவனை அழைத்துச் செல்கிறது
அவனது குனிந்த தலை
அவனைப் பார்க்கும் அனைவரையும் கலவரப்படுத்துகிறது
அவனது மார்பில் ஒரு துடிக்கும் இதயம்
எரிந்துகொண்டிருக்கிறது
அவனது தீப்பொறியினால்
இரவின் கரிய இருள் பற்றி எரிவதைக் காணாதோர் யார்?
நரகம்கூட அவனது செய்தியை
அதன் நெருப்புடன் தொட்டிருக்கிறது
அவன் கதவடியில் நிற்கிறான்
மரணம் அவனைக் கண்டு அஞ்சுகிறது
புயலே அடங்கு
அவன் உறுதியைக் கண்டு வெட்கித்து!

அவன் மௌனமாக இருக்கிறான்
அவன் பேசினால்
நெருப்பையும் குருதியையும் ஐக்கியப்படுத்திவிடுவான்
அவனது அமைதியைப் பிழைகாண்போருக்குச் சொல்
திடசித்தம் மொனமாய்ப் பிறந்திருக்கிறது
திடசித்தம் கொண்டவனிடம் கை
வார்த்தையைவிட விரைவானது
அவனது தோற்றத்தைப் பார்த்துக் குறை கூறவேண்டாம்

அறத்தின் பாதை இருண்டிருக்கிறது
அவன் நேசிக்கும் நாட்டின் அடித்தளங்கள்
நொறுக்கப்பட்டுள்ளன
எதிரிகளின் அநியாயத்துக்காக
சுவர்கமும் பூமியும் அழுகின்றன
விரக்தி கிட்டத்தட்ட அவனைக் கொன்ற ஒரு காலமும் இருந்தது...
ஆனால் அதோ அவன் கதவடியில் நிற்கிறான்
மரணம் அவனைக் கண்டு அஞ்சுகிறது
புயலே அடங்கு
அவனது உறுதியைக் கண்டு வெட்கித்து

●

(கபன் – அடக்கம் செய்வதற்காக பிரேதத்தைச் சுற்றும் வெள்ளைத் துணி)

அபூ சல்மா
Abu Salma

அப்துல் கரீம் அல் கர்மி (1907-1980) என்பவரின் புனை பெயர்தான் அபு சல்மா. இவர் பலஸ்தீனில் துல்கர்ம் என்னும் நகரில் பிறந்தார். 1948 வரை ஹைஃபாவில் வழக்குரைஞராகத் தொழில் பார்த்தார். ஹைஃபா யூதர்களிடம் வீழ்ச்சியடைந்தபோது இவர் அக்றேக்குத் தப்பிச் சென்றார். அங்கிருந்து புலம்பெயர்ந்து இறக்கும் வரை டமஸ்கஸில் வாழ்ந்தார். இவரது கவிதைகள் பலஸ்தீனப் பிரச்சினை பற்றியே பேசுவன. 'பலஸ்தீனத்தின் ஒலிவ மரம்' என இவர் அழைக்கப்பட்டார். 1978இல் ஆசிய ஆப்பிரிக்க எழுத்தாளர் சங்கத்தின் தாமரை விருது இவருக்கு வழங்கப்பட்டது.

நாம் திரும்பிச் செல்வோம்

அன்புள்ள பலஸ்தீன்,
பிசாசுகள் என் கண்களைச் சித்திரவதை செய்கையில்
நான் எவ்வாறு துயில்வேன்?
உன்பெயரால் இப்பரந்த உலகை வரவேற்கிறேன்
ஆனால், எதிரிகளின், நண்பர்களின்
சதிகளால் சிதைக்கப்பட்டு
பகலில் பயண வண்டிகள் கடந்துசெல்கின்றன

அன்புள்ள பலஸ்தீன்,
உன் சமவெளிகளையும் மலைகளையும் விட்டுத்
தூரத்தில் நான் எவ்வாறு வாழ்வேன்?
பள்ளத்தாக்குகள் என்னை அழைக்கின்றன
காலத்தின் காதுகளில் எதிரொலித்து
கடற்கரைகள் கதறுகின்றன
வற்றி ஒதுக்கப்பட்டு
நீரூற்றுகளும் விம்மி அழுகின்றன
உன் நகரங்களும் கிராமங்களும்
இந்த அழுகையை எதிரொலிக்கின்றன
என் தோழர்கள் கேட்கின்றனர்:
இவ்வளவு நீண்ட இடைவெளிக்குப் பிறகு
நம்மால் திரும்பிச்செல்ல முடியுமா?

ஆம், நாம் திரும்பிச் செல்வோம்
ஈரலிப்பான தரையை முத்தமிடுவோம்
நம் உதடுகளில் அன்பு மலர்கள் பூக்கும்

நம் பாதத்தின் எதிரொலிகளை
தலைமுறைகள் கேட்டுக்கொண்டிருக்கையில்
நாம் ஒரு நாள் திரும்பிச் செல்வோம்

சுழன்றடிக்கும் புயல் தொடர
புனித மின்னலும் நெருப்பும் தொடர
சிறகு முளைத்த நம்பிக்கைகளும் பாடல்களும் தொடர
பாலையில் புன்னகைக்கும் உதயத்துடன்
நாம் திரும்பிச் செல்வோம்

ஒரு நாள் காலையில்
கடல் அலையின் நுனியில் ஏறி
நாம் திரும்பிச் செல்வோம்
ஒளிரும் ஈட்டி நுனிகளுக்கு மேலே
நம் குருதி தோய்ந்த பதாகைகள் பறக்கும்.

●

நான் உன்னை அதிகம் நேசிக்கிறேன்

உன்பொருட்டு எவ்வளவு அதிகம் போரிடுகிறேனோ
அவ்வளவு அதிகம் நான் உன்னை நேசிக்கிறேன்
இந்தக் கஸ்தூரியின், பொன்னின் பூமியைத் தவிர
வேறு எந்தப் பூமி
இந்த அடிவானத்தைத் தவிர
வேறு எது என் உலகைத் தீர்மானிப்பது?
உன்னை உயர்த்தும்போது
என் வாழ்வின் கிளை மேலும் பசுமையாகிறது
ஓ பலஸ்தீன்
என் சிறகு சிகரங்களுக்கு மேலால் விரிகிறது

எலுமிச்சை மரம் எமது கண்ணீரால் வளர்க்கப்பட்டதா?
உயர்ந்த பைன் மரங்களுக்கிடையே
பறவைகள் பறக்கவில்லை
காமல் குன்றுக்குமேலே
நட்சத்திரங்கள் கண்காணிப்புடன் பார்க்கவில்லை
சிறிய பூம்பாத்திகள் எமக்காக அழுகின்றன
தோட்டங்கள் வெறிச்சோடிப்போயுள்ளன
திராட்சைகள் துன்பத்தில் மூழ்கியுள்ளன

உன் பெயர் என் காதில் ஒலிக்கும்போதெல்லாம்
என் சொற்கள் அதிக கவித்துவம் பெறுகின்றன
ஒவ்வொரு வாயிற்படியிலும்

உன் மீதான ஆவலை அவை விதைக்கின்றன
ஒவ்வொரு பாலைவனத்திலும் புகலிடத்திலும்
இச்சொற்களால் ஒளியேற்றமுடியுமா?

ஓ பலஸ்தீன்
உன்னைவிட அழகியது எதுவுமில்லை
உன்னைவிடப் பெறுமதியானது எதுவுமில்லை
உன்னைவிடத் தூயது எதுவுமில்லை
உன் பொருட்டு எவ்வளவு அதிகம் போரிடுகிறேனோ
அவ்வளவு அதிகம் நான் உன்னை நேசிக்கிறேன்

●

ஃபத்வா துக்கான்
Fadwa Tuqan

1917இல் பலஸ்தீனில் நப்லஸ் பிரதேசத்தில் பிறந்த ஃபத்வா துக்கான் (1917-2003), பிரசித்திபெற்ற பலஸ்தீனக் கவிஞர் இப்றாஹிம் துக்கானின் சகோதரி. ஆக்ஸ்ஃபோர்டு பல்கலைக்கழகத்தில் (1962 - 1964) ஆங்கில மொழியும் இலக்கியமும் கற்றுப் பட்டம் பெற்றவர். ஆரம்பத்தில் மரபுவழிக் கவிதை வடிவங்களைப் பயன்படுத்தி மனோரதியப் பாங்கான கவிதைகள் எழுதிய இவர், பலஸ்தீனப் போராட்டத்தின் தொடக்க காலத்தில் புதுக்கவிதை வடிவத்தைக் கையாண்டு பல்வேறு வகையான தனிமனித, சமூகப் பிரச்சினைகள் பற்றி எழுதினார். காதல், சமூக எதிர்ப்பு பற்றி பெண்ணிலைவாத வெளிப்பாடுகளுக்கு அடித்தளமிட்ட முக்கியமான முன்னோடிப் பெண் கவிஞர்களுள் இவரும் ஒருவராகக் கருதப் படுகிறார். இவரது சொந்தப் பிரதேசமான நபுலஸ் 1967 ஜூன் யுத்தத்தில் சியோனிசவாதிகளிடம் வீழ்ச்சியடைந்த பிறகு எதிர்ப்பு அவரது கவிதைகளின் பிரதான பாடு பொருளாகிறது. இதன் பின்னரே அரபுக் கவிதைகளின் பெரும் சக்தியாக இவர் வெளிப்பட்டார். இவரது முதல் கவிதைத் தொகுதி 1952இல் வெளிவந்தது. இதுவரை இவரது 7 தொகுதிகள் வெளிவந்துள்ளன. ஒரு மலைப் பிரதேசப் பயணம் என்ற இவரது பிரசித்தபெற்ற சுயசரிதை 1985இல் வெளிவந்தது. 1967 ஜூன் யுத்தம்வரையுள்ள இவரது வாழ்க்கை பற்றி இது பேசுகிறது. 1990இல் கவிதைக்கான சுல்தான் உவைஸ் விருதும் இலக்கிய சாதனைக்கான ஜெருசலேம் விருதும் இவருக்குக் கிடைத்துள்ளன.

அநேக பலஸ்தீன எழுத்தாளர்களைப்போல் ஃபத்வா துக்கானும் இஸ்ரேலர்களால் சிறையிடப்பட்டார். ஃபத்வா துக்கான் தொடர்ந்து எழுதுவதையும் பிரசுரிப்பதையும் இஸ்ரேல் பாதுகாப்பு அமைச்சர் மோஷே டயான் தானே தடைசெய்தார். இவரது கவிதை ஒன்றைப் படித்த பிறகு இது இருபது கமாண்டோக்களுக்குச் சமமானது என டயான் ஆச்சரியப்பட்டதாகக் கூறப்படுகின்றது.

போதும் எனக்கு

எனது தேசத்து மண்ணில் சாவதே
எனக்குப் போதும்
அதற்குள் புதைக்கப்படுவது
எனக்குப் போதும்
உருகி
அந்த மண்ணுடன் கலந்து
மறைந்து போவது
எனக்குப் போதும்

பின்
ஒரு பூவாக மலர்ந்து
என் நாட்டின் குழந்தை ஒன்றினால்
விளையாடப்படுவது
எனக்குப் போதும்

என் நாட்டின் அணைப்பில் இருப்பது
எனக்குப் போதும்

எனது தேசத்தின் புனித முற்றத்தில்
ஒரு கைப்பிடியளவு புழுதியாய்
ஒரு புல்லின் இதழாய்
ஒரு பூவாய் இருப்பது
எனக்குப் போதும்

உருவாதல் பற்றிய பாடல்

அவர்கள் சிறுவர்கள்
கூத்தும் கும்மாளமுமாய்
விளையாடும் சிறுவர்கள்

மேற்குக் காற்றில்
வானவில் போன்ற பட்டங்கள் விடுவர்
அவர்களது
நீல, சிவப்பு, பச்சை நிறப் பட்டங்களை

சீட்டியும் துள்ளலும்
சிரிப்பும் பகடியுமாய்
பெரும் வரலாற்று நாயகர்கள் போல்
பாவனை செய்து
மரக் கிளைகளுடன் போரிடுவர்

இப்போது
திடீரென அவர்கள் வளர்ந்து விட்டனர்
ஒரு சாதாரண வாழ்க்கை ஆண்டுகளைவிட
அதிகமாக வளர்ந்துவிட்டனர்

மௌனமாய்ப் படிக்கும்
பைபிள் அல்லது குர் ஆனைப் போல
அன்பின் செய்தியைத் தாங்கிவரும்
ரகசியமும் உணர்ச்சியும் மிக்க
வார்த்தைகளுடன் கலந்துவிட்டனர்

நிலத்துள் ஆழமாக வேரோடி
சூரியனை நோக்கி நிமிர்ந்துயரும்
மரங்களாக வளர்ந்துவிட்டனர்

இப்போது அவர்களின் குரல்கள்
நிராகரிப்பின் குரல்களாக
அடித்து வீழ்த்தும் குரல்களாக

புதியன கட்டி எழுப்பும் குரல்களாக
மாறிவிட்டன

தடை செய்யப்பட்ட எல்லையில்
கனன்றெழும் அவர்களின் கோபம்
வகுப்பறைகளிலும்
தெருக்களிலும்
நகர் விடுதிகளிலும்
சதுக்கங்களிலும் மையம் கொள்ளும்

இருண்ட டாங்கிகளை
கல்மாரிகளால்
அவர்கள் எதிர்கொள்வர்

இரவையும்
அதன் வெள்ளப் பெருக்கையும்
மூர்க்கமாய்த் தாக்கி
உதய காலத்தின் தூக்குமரத்தை
இப்போது அவர்கள் ஆட்டி உலுப்புகின்றனர்

ஒரு வாழ்க்கைக் காலத்துக்கு மேலாக
அவர்கள் வளர்ந்துவிட்டனர்
வணங்குவோராகவும்
வணங்கப்படுவோராகவும் ஆவதற்காக

அவர்களது கிழிக்கப்பட்ட
உடல் உறுப்புகள்
நமது மண்ணுடன் கலந்தபோது
அவர்கள் வீரமரபுக் கதைகளாகினர்
இணைக்கும் பாலங்களாக
அவர்கள் வளர்ந்தனர்
அவர்கள் வளர்ந்தனர்

இன்னும் வளர்ந்தனர்
எல்லாக் கவிதைகளையும் விட
மிகப் பெரியதாக...

●

என்றென்றும் பலஸ்தீன்

மேன்மைமிகு
மேன்மைமிகு தேசமே
இருள் மிகுந்த பெருந்துயர் இரவில்
திரிகைக்கல் சுழலலாம்
மேலும் சுழலலாம்
ஆயின்
உன் ஒளியை அழித்தொழிப்பதற்கு
அவற்றால் இயலா
அவை மிகச் சிறியன.

ஓ பெரிய தேசமே
ஓ ஆழமான காயமே
தனிப்பெரும் காதலே
நசுக்கப்பட்ட உன் நம்பிக்கைகளில் இருந்து
ஒடுக்கப்பட்ட உன் வளர்ச்சியில் இருந்து
திருடப்பட்ட உன் முறுவலில் இருந்து
திருடப்பட்ட
உன் குழந்தைகளின் சிரிப்பில் இருந்து
சிதைவுகளில் இருந்து
சித்திரவதையில் இருந்து
இரத்தம் உறைந்த சுவர்களில் இருந்து
வாழ்வினதும் மரணத்தினதும்
நடுக்கங்களில் இருந்து
புதிய வாழ்வொன்று கிளர்ந்தெழும்

அது எழவே செய்யும்
●

வெள்ளப் பெருக்கும் விருட்சமும்

பேய்க்குணமுள்ள புயற்காற்று
கட்டவிழ்த்து விடப்பட்டபோது
முரட்டுத் தனமான கடற்கரைகளில் இருந்து
பசுமை நிறைந்த வயல்களின் மீது
கறுப்புப் பிரளயம் கக்கப்பட்ட போது
சாத்தான் காற்றினூடே கொக்கரித்தான்

விருட்சம் விழுந்தது
விருட்சம் விழுந்து விட்டது
புயற்காற்றினால் பெருமைமிகு அடிமரம்
முறிந்து சிதைந்தது
மரம் இறந்து விட்டது
விருட்சமே விருட்சமே
மரணிக்க முடியுமா உன்னால்?
சிவப்புச் சிற்றாறுகள் கேட்டன

பிரிய விருட்சமே
இளம் கிளைகளின் திராட்சை ரசத்தினால்
உனது வேர்கள் செழிப்படைந் துள்ளன
பிரிய விருட்சமே
அராபிய வேர்கள் இறப்பதே இல்லை
அவை பாறைகளைத் துளைத்து
ஆழமாய்ச் செல்வன
ஆழ நிலத்திலே அவை தம் வழியினைக்
கண்டறிகின்றன

விருட்சமே விருட்சமே
நீ வளர்வாய்
உனது இலைகள்

பசுமையாகவும் செந்தளிப்பாகவும்
சூரிய ஒளியில் திடீரெனத் தளிர்க்கும்
சூரியன் வரைக்கும் இலைகளின் இடையே
சிரிப்பொலி கேட்கும்
மகிழ்ச்சிப் பெருக்கு நம் தாயகம் நோக்கி
திரும்பி நடக்கும்
தாயகம் நோக்கி
தாயகம் நோக்கி

ஏசுநாதருக்கு

தோட்டக்காரரோ இவன் சுதந்திரவாளி, இவனைக் கொலை செய்வோம் வாருங்கள், அப்பொழுது சுதந்திரம் நம்முடையதாகும் என்று ஒருவரோடொருவர் சொல்லிக் கொண்டு, அவனைப் பிடித்துக் கொலைசெய்து, திராட்சைத் தோட்டத்துக்குப் புறம்பே போட்டுவிட்டார்கள்.

மாற்கு 12:7-8

கர்த்தரே
பிரபஞ்சத்தின் தந்தையே
இவ்வாண்டு கிறிஸ்மஸ் தினத்தில்
ஜெருசலேத்தின் உற்சவங்கள்
சிலுவையில் அறையப்பட்டன.

பிதாவே
உங்கள் தினத்தில்
எல்லா மணிகளும் மௌனமாய் உள்ளன
ஈராயிரம் ஆண்டுகளாக
அவைகள் ஒலித்தன
இடையறாது ஒலித்தன
ஆனால் இன்றோ
ஊமைகளாக்கப்பட்டன அவைகள்

மண்டபங்கள் இருளடைந்துள்ளன
இருட்டு அனைத்தையும் மூழ்கடித்துள்ளது
வேதனை வீதியில் நடக்கிறது ஜெருசலேம்
சிலுவையின் மீது ஜெருசலேம் புலம்புகிறது
சித்திர வதையின் கரங்களில் சிக்கி
ஜெருசலேம் குருதி சிந்துகிறது

எனது பிதாவே
வேதனைக்கு எதிராக
உலகின் கதவுகள் மூடிவிட்டன
உலகம் இறுகிப் பாறையாய் விட்டது
சூரியனின் கண்கள் தோண்டப்பட்டன

காணமால் போயிற்று உலகம்
கிழிந்து சிதைந்தது உலகம்

எனது பிரபுவே
ஜெருசலேத்தின் அவலத்தைக் கழுவித் துடைக்க
இந்த உலகம்
ஒரு மெழுகுவர்த்தி தானும் உயர்த்தவில்லை
ஒரு துளிக் கண்ணீர்தானும் சிந்தவில்லை

எனது பிதாவே
திராட்சைகளைப் பராமரிப்பவர்
வாரிசுகளைக் கொன்றுவிட்டனர்

பாவ உலகில்
பாவப் பறவைக்குச் சிறகு முளைத்தது
ஜெருசலேத்தின் புனிதத்தை
அசூசைப் படுத்த
அது பறந்து சென்றது

ஓ கர்த்தரே
ஜெருசலேத்தின் மகிமையே
வேதனைக் கிணற்றில் இருந்து
இரவின் ஆழ்ந்த குழிகளில் இருந்து
துயரத்தின் மிக இருண்ட கிடங்கில் இருந்து
ஜெருசலேத்தின் புலம்பல்
உம்மிடம் வருகிறது

கர்த்தரே
கருணை காட்டுங்கள்
ஜெருசலேத்தின்மீது கருணை காட்டுங்கள்
இந்தக் கசப்பான கிண்ணத்தில் இருந்து
அதனைக் காப்பாற்றுங்கள்

●

ஜப்றா இப்றாஹிம் ஜப்றா

Jabra Ibrahim Jabra

ஜப்றா இப்றாஹிம் ஜப்றா (1920–1994) பெத்லெஹெமைப் பிறப்பிடமாகக் கொண்டவர். கேம்ப்றிஜ் பல்கலைக் கழகத்தில் ஆங்கில இலக்கியத்தில் எம்.ஏ. பட்டம் பெற்றார். 1948 யுத்தத்தின் பின்னர் இவர் ஈராக்குக்குப் புலம் பெயர்ந்தார். நாவல், சிறுகதை, கவிதை, விமர்சனம் என்பவற்றோடு ஓவித்திலும் ஆர்வம் உடையவர். இவரது ஆறு நாவல்கள், இரண்டு கவிதைத் தொகுதிகள், ஒரு சிறுகதைத் தொகுதி, இரண்டு விமர்சன நூல்கள் வெளிவந்துள்ளன. ஆங்கிலத்திலிருந்து அரபு மொழிக்கு ஏராளமாக மொழிபெயர்த்திருக்கிறார். ஜேம்ஸ் ஃபிரேசரின் *Golden Bough* என்ற பிரசித்திபெற்ற நூலின் ஒரு பாகமும் இதில் அடங்கும். இந்நூல் 1950களில் அரபுக் கவிதைகளில் தொன்மப் பயன்பாட்டில் அதிக செல்வாக்குச் செலுத்தியதாகக் கூறப்படுகின்றது.

காதல் கவிதை

உன் குரல் பாடலால் என் தலையை நிரப்புகிறது
நான் எங்கு திரும்பினாலும் நீ சொல்வதைக் கேட்கிறேன்:
'நீ என்னை முத்தமிட விரும்புவாயா?'
சும்மா முத்தமிட மட்டும்தானா?
அலைகள் கொந்தளிக்கும் ஒரு புயல்போல
உன்னை என்னுள் வைத்திருக்க விரும்புகிறேன்.
ஒரு சூறைக் காற்று கடலை விசிறி அடிப்பதைப்போல
உன்னுடன் சுழல விரும்புகிறேன்.
கவர்ந்திழுக்கும் கடல் நீதான்

ஓ எனது அற்புதமான பயங்கரமே,
ஒரு புயல் மூழ்குவதுபோல
நான் உன்னுள் மூழ்கிவிடலாம்
எரியும் நெருப்பில் மூழ்கிய சூரியன்
எழுவதுபோல நான் எழலாம்
என் காதல் அத்தனை முரட்டுத்தனமானதா?
அது அதிக கிளர்ச்சி தருவது
என் உள்ளங்கையில் அடங்கிய உன் மார்பகம்போல
அல்லது நான் விழுங்கும்
உன் இதழ்களின் இனிமைபோல.

பிரிவையும் தாகத்தையும் நான் அஞ்சுகிறேன்
உன் மணிக்கட்டில் என் இரத்தத்தால்
நீ என் பெயரை எழுதவேண்டும் என்று விரும்புகிறேன்
அதைப்பார்த்து என் தாகத்தைத் தாங்கிக்கொள்வேன்
ஆனால், உன் பாடல் என் தலை எங்கும் எதிரொலிக்கிறது
ஒரு கடலைத் தேடி ஒரு புயலை முடுக்கிவிடுகிறது
நீ, நீதான் என் கடல்

●

சோக்ரடீஸ்

நஞ்சைக் குடிக்கும்படி ஏன் அவர்கள் உனக்கு ஆணையிட்டனர்?
அந்தக் கதை எமக்குத் தெரியும் எனினும்
இந்த வினாவை நாம் மீண்டும் மீண்டும் கேட்கிறோம்
உன் இறுதி நாட்களை உன் சீடர்களுடன்
எவ்வாறு கழித்தாய் என்பது எமக்குத் தெரியும்
உனது விரைவான பிரிவுக்காக
அவர்கள் தங்களைத் தயார்படுத்திக்கொள்வதற்காக
அவர்களை ஆறுதல் படுத்திக்கொண்டு
(நஞ்சு இறைவனின் சித்தம் போல்)

ஈசாப்புக் கதைகளை மீள உருவாக்கிக் கொண்டு
தனிமையில் நீ எவ்வாறு உன்னையே
மகிழ்ச்சிப்படுத்திக் கொண்டாய் என்பதும் எமக்குத் தெரியும்
(ஞானம் நஞ்சை முறிக்கும் மருந்து என்பதைப்போல்)
கடைசியில் ஈஸ்கல்பியஸின் சடங்கையும் நீ மறக்கவில்லை -
ஒரு சேவலை அவருக்குப் பலியிடச் சொன்னாய்
(நஞ்சு குற்ற உணர்ச்சியைச் சமரசப்படுத்தக் கோரும்
என்பதைப்போல்)
இவையெல்லாம் ஆட்சியாளர் செய்திருக்கவேண்டியதை விட
அதிகமானவை

அதென்ஸில் நீ பரப்பிய ஐயங்களை
அவர்களால் தாங்கிக்கொள்ள முடியவில்லை
உனது போதனை அவர்களின் மரபுகளை அச்சுறுத்தின
உனது ஆய்வுக்கத்துக்கு அவர்கள் நஞ்சைப் பரிசளித்தனர்
அவர்களை அதிகம் கேள்விகேட்காமல்
நஞ்சை உன் உதட்டருகே கொண்டுசென்றாய்
அதனை அப்படியே விழுங்கினாய்
அவர்கள் எல்லோரையுமே கொன்றாய்
உன் நீதிபதிகளின் பெயர்கள் இன்று யாருக்குத் தெரியும்?

●

கமால் நசிர்
Kamal Nasir

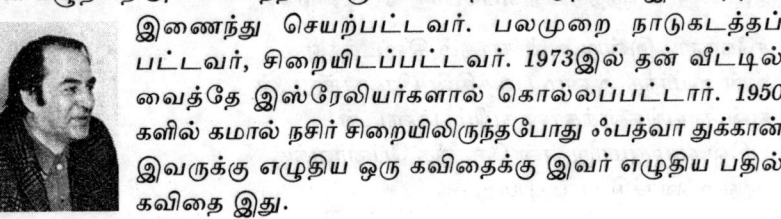

கமால் நசிர் (1922 – 1973) பலஸ்தீன விடுதலைப் போராட்டத்துக்காகவே தன் எழுத்தை அர்ப்பணித்த கவிஞர். பலஸ்தீன விடுதலை இயக்கத்தில் இணைந்து செயற்பட்டவர். பலமுறை நாடுகடத்தப் பட்டவர், சிறையிடப்பட்டவர். 1973இல் தன் வீட்டில் வைத்தே இஸ்ரேலியர்களால் கொல்லப்பட்டார். 1950 களில் கமால் நசிர் சிறையிலிருந்தபோது ஃபத்வா துக்கான் இவருக்கு எழுதிய ஒரு கவிதைக்கு இவர் எழுதிய பதில் கவிதை இது.

ஃபத்வா துக்கானுக்கு ஒரு கடிதம்

எம்மைச் சுற்றி மறிக்கப்பட்ட வானங்களைத் தாண்டி
எனது பாடல்கள் உன்னை வந்து சேருமாயின்
அதற்குக் காரணம் சித்திரவதைக்குள்ளான
உனது காலத்தைத் தழுவுவதற்கு
நான் என் சிறகுகளை விரித்துவைத்திருப்பதுதான்
துன்பத்தையும் இருண்ட விதியையும் நாம் பகிர்ந்துகொள்வதுதான்
நினைவுகள், விருப்பங்கள், கனவுகளில் நாம் பங்குகொள்வதுதான்

நான் எதுவாக இருக்கவேண்டும் என்று விரும்புகிறாயோ
நான் அதுவாகவே இருக்கிறேன்
விதிக்கப்பட்ட அதே கஷ்டங்களுடன்,
துன்புறுத்தல்களை மீறி,
முகில்களுக்குமேலே நான் மலையேறியிருக்கிறேன்
என் காயங்களில் இருந்து வடியும் குருதி
சிகரங்களைச் சிவப்பாக்கியிருக்கிறது
நான் என் தாயகத்தை நேசிக்கிறேன்
பேரலைகளை உறுதியுடன் தாண்டிச்செல்ல
என் மனம் களிப்புடன் அவாவுகிறது
வருந்துவதா அல்லது நிறுத்துவதா?
அது முடியாது!
ஒரு கவிஞன் கௌரவத்தை
அல்லது வருத்தத்தை எப்போது தேடினான்?

சகோதரி, இன்று உன் கடிதம் கிடைத்தது
உன் உயர்ந்த ஆன்ம பலத்தின் பிரகாசத்துடன்
என் காயங்களுக்கான கழிம்புகளுடன்.
பதில் எழுதுமாறு என் சோர்ந்த பேனாவுக்கு
அது உணர்ச்சி ஊட்டியது,

ஆம் நான் நினைத்துப்பார்க்கிறேன்
எமது மகிழ்ச்சியான மாலைப் பொழுதுகளை,
மல்லிகைப் பந்தலின் நிழலில் கவலையற்று உறவாடிய
நமது நண்பர்களை நினைத்துப்பார்க்கிறேன்
நமது சிறகுகள் மகிழ்ச்சியில் விரிந்தன
அல்லது துன்பத்தில் மடங்கின...

ஒரு கனவு நம்மை ஆட்கொள்ளும்வரை
நாம் பேசினோம்
அதன் தூங்கும் கானல் காட்சியை நாம் பிடித்தோம்
ஆம் எனக்கு நினைவிருக்கிறது,
நீ உன் கவிதைகளை எப்படிச் சொன்னாய் என்பது,
மிகக் கவர்ச்சியாக, பெருமிதத்துடன்,
எல்லோரின் உதடுகளிலும் சரளமாக,
சாத்தியமற்றதைவிட மிக அழகாக.
உன் கவிதைகள் நம் நாட்டின் சூரியக் கதிர்கள்போல்
எமக்கு வேட்கையை, நம்பிக்கையை ஊட்டின
போராட்டத்தின் ஓசைகளுக்கு
எம்மை உலுப்பிவிட்டன
உயர்ந்த பதாகைகளைப் பறக்கவிட்டன.

நான் எப்படி இருக்கவேண்டுமென்று விரும்பினாயோ
நான் இன்னும் அப்படியே இருக்கிறேன்
என் குறிக்கோளை நோக்கி
நான் தனியாக நடந்து செல்கையில்கூட
சூரியக் கதிர்கள் என் நெற்றியை முத்தமிடுகின்றன
சுதந்திரத்துக்கான வேட்கைதான் என் சிலுவை
கோப்பை என் கையில் இருந்தாலும்
நான் தாகமாய் இருக்கிறேன்
என் இள நரம்புகளில்
வாழ்க்கை கொதிப்புடன் இருக்கிறது
காயப்பட்ட என் மக்களுக்கு வாழ்வைத்தேடி
நான் நிர்வாணமாய் அலைகிறேன்
அவர்கள் மகிழ்ச்சியான கௌரவத்துடன் வாழவேண்டும்
தங்கள் சொந்த உலகத்தைக் கட்டவேண்டும்

உன் பாடுகள் எப்படி?
என் கடிதம் உன்னைச் சேரவேண்டும்
அதன் வரிகளுக்கிடையே

கண்ணீர் சிதறியிருப்பதை நீ காணவேண்டும்
வருந்தாதே
உச்சத்தை எட்டும் நம் போராட்டத்தில்
உயர்ந்த நம்பிக்கைகள் அழத்தான் வேண்டும்

நாளை நம் பூமியிலிருந்து இரவு வெளியேறிவிடும்
மக்கள் தம் வலிமையைக் கண்டுபிடித்து
மாயைகளிலிருந்து விடுபடுவார்கள்
ஓநாய்களுக்காக ஒரு காலடித்தளம் எஞ்சியிருக்கும்வரை
தூங்கமாட்டோம் என
லட்சோபலட்சம் மக்கள் உறுதிகொள்வார்கள்
அனைத்துத் துன்பங்களின் ஊடாகவும்
அவர்கள் உண்மையின் வெற்றிக்கான
வேட்கையுடன் இருப்பார்கள்.

என்னைச் சுற்றிய
இந்த ஒடுங்கிய வானத்தைத் தாண்டி
என் பாடல்கள் உன்னை வந்தடைந்தால்,
நான் வாழ்வுக்கு,
விடுதலைக்கான தேடலுக்குத்
திரும்பிவருவேன் என்பதை நினைத்துக்கொள்
மக்கள் என் ஆன்மாவைச் சந்திப்பார்கள் என்பதை
மண்ணின் மடிப்புகளிலிருந்து
அது மீண்டும் எழுவதை உணர்வார்கள் என்பதை
நினைத்துக்கொள்.

ஹாறுன் ஹாஷிம் றஷீத்
Harun Hashim Rasheed

ஹாறுன் ஹாஷிம் றஷீத் 1927இல் காசாவில் பிறந்தார். இளமை யிலேயே பிரித்தானிய ராணுவத்தின் ஒடுக்குமுறைகளைச் சந்தித்தவர். 1967இல் காசா இஸ்ரேலின் கட்டுப்பாட்டுக்குள் வந்தபின் ராணுவ நெருக்கடி காரணமாக புலம்பெயர்ந்தவர். 1954இல் வெளிவந்த இவரது முதல் கவிதைத் தொகுதி - அந்நியர்களுடன் - பலஸ்தீனக் கவிதை வரலாற்றில் ஒரு முக்கிய நிகழ்வாகக் கருதப்படுகிறது. பலஸ்தீனர் களின் உடல்ரீதியான, ஆன்மீக ரீதியான அந்நியமாதல் பிரச்சினை பற்றி இவரது கவிதைகள்தான் முதலில் பேசின என்று விமர்சகர்கள் குறிப்பிடுகின்றனர். இவரது பதினாறு கவிதைத் தொகுதிகளும் ஒரு நாவலும் வெளிவந்துள்ளன.

கை உயர்த்து

கை உயர்த்து...
அவர்கள் என்னை நோக்கித் துப்பாக்கியை நீட்டினர்
கை உயர்த்து...

நான் நின்றேன்
என் கண்கள் கோபத்தால் சிவந்தன
ஒரு படக்காட்சிபோல் அது என்னைத் தாக்கிற்று
அழிந்த நகரங்கள்தான் நம் போராட்டத்தின் விளைவா?
நீண்டகாலத் துன்பங்கள்
பதுங்கு குழிகளிலும் குன்றுகளிலும்
பல நாள் நீடித்த கண்காணிப்பு
கிழிந்த பழைய கூடாரங்கள்
இவைதான் இந்நிலைக்குக் காரணமா?

உலகம் இருண்டது என் கண்களில்
என் கைகள் சுவரில்
துப்பாக்கிகள் என்னைக் குறிபார்த்தன
சுவர் என் தலையில் விழட்டும் என விரும்பினேன்
என் தோழர்களும் நானும் காத்திருந்தோம்
அவர்களின் துப்பாக்கிச் சன்னங்களுக்காக
அவர்களின் துப்பாக்கிச் சன்னங்களுக்காக

அவர்கள் நகர்ந்து சென்றனர்
சுவர் எம்மைத் திரும்பிப்பார்த்து காத்திருந்தது
ஒரு எரிமலையின் வெடிப்புக்காக
தீக்குழம்புகளுக்காக

●

மூயின் பசைசோ
Mueen Bseiso

காசாவில் பிறந்த மூயின் பசைசோ *(1927-1984)* ஒரு முக்கியமான பலஸ்தீனக் கவிஞர். கெய்ரோ அமெரிக்கப் பல்கலைக் கழகத்தில் பயின்றவர். மார்க்சியச் சார்புடைய இவர் தன்னுடைய அரசியல் ஈடுபாடு காரணமாகப் பலமுறை சிறை சென்றும், பல்வேறு அரபு நாடுகளில் அகதியாக வாழ்ந்தும் துன்புற்றவர். ஆசிரியராகத் தொழில் புரிந்த இவர் ஒரு பத்திரிகையாளருமாவார். இவரது பல கவிதைத் தொகுதிகள் வெளிவந்துள்ளன. *இதயத்தில் பலஸ்தீன் (1956)*, *மரங்கள் வீழ்கின்றன (1966)*, *உன் உடலை மண் மூட்டையாக எடு (1976)* என்பன சில. ஒரு சிறந்த கட்டுரையாளருமான இவரது (G) *காசா நினைவுகள் (1971)* என்ற சுயசரிதை நூலும் *பலஸ்தீன நாட்குறிப்புகள் (1969)* என்ற கட்டுரைத் தொகுதியும் அதிகம் பேசப்படுகின்றன. சமகாலப் பலஸ்தீன எழுத்தாளர்கள் மீது இவரது தாக்கம் ஆழமானது என்பது விமர்சகர்களின் அபிப்பிராயம்.

இந்த உலகம்

இரவின் அமைதியைக் கிழித்துப் பறந்த
துப்பாக்கிக் குண்டு
பெருகிய குருதி
இதுதான் பதாஹ்
பீறிப் பெருகியது எங்கள் குருதி
குருதியின் நிறத்தை நாம் இனங்கண்டு கொண்டோம்
நாங்கள் எங்கள் குருதியின் நிறத்தை
மறந்து விடும்படி அவர்கள் செய்தனர்
நாங்கள் எங்கள் நரம்பிலே பாய்வது
தண்ணீர் தாமா? இரத்தமா? என்று
சந்தேகிக்கும்படி அவர் செய்தனர்

இதுவரை இங்கே எல்லா நிறங்களும்
அறிமுக மானவை யாக இருந்தன
பாஸ்போட் அலுவலர் கண்களின் நிறமும்
பணத்தின் நிறமும்
கறுப்புப் பட்டியல் அனைத்தின் நிறமும்
அறிமுக மானவை யாக இருந்தன
குருதியின் நிறத்தைத் தவிர
அனைத்தும்
அறிமுக மானவை யாக இருந்தன
ஆயின் இப்போது அந்தக் குருதி
விடுதலை வேண்டிப் பெருகியுள்ளது

அதுவே எங்கள் பாதை நெடுகிலும்
உழுது சேறுபடுத்தியும் உள்ளது

பதாஹ்,
நாங்கள் குருதி சிந்துவோம்
நாங்கள் பணிந்தே அடங்க நினைத்தால்
நாங்கள் எங்கள் காயங்களிலே
பெருகும் குருதியை நிறுத்தி இருப்போம்
உலகின் ஜன்னல் கதவுகளில் எம்
குருதி சிந்திக் கறைபடுத்தட்டும்
உலகின் முகத்தில்
எங்கள் குருதி சிந்தப்பட்ட கறை தெரியட்டும்

இந்த உலகம்:
நாங்கள் முள்ளுக் கம்பியின் மீது
கிடக்கும் வரைக்கும்
இந்த உலகின் தலையணையின் கீழ்
டைனமைற் ஒன்றை நாம் நிறுத்தி வைப்போம்
இந்த உலகம்
படுக்கையில் என்றும் ஓய்வெடுக்காது

இந்த உலகம் நீண்ட காலமாய்ப்
பலஸ்தீனர்களின் பச்சை இறைச்சியை
முள்ளுக் கரண்டியும் கத்தியும்கொண்டு
புசித்து வந்துள்ளது
இந்த உலகின் காதுகள் யாவும்
இந்த உலகின் கண்கள் யாவும்
இந்த உலகின் இதயம் யாவும்

இந்த உலகின் தொண்டைகள் யாவும்
வெந்து போன அப்பிள்ப் பழங்கள்
ஆக்கிரமிப்பாளரின் கூடையில் இருந்து
திருடப்பட்ட அப்பிள்ப் பழங்கள்

உலகின் பெண்ணே
உனது குழந்தையின் பொம்மைகளை எம்
பொங்கிய குருதி கறை செய்கின்றது
உலகின் பெண்ணே
உன் அடிச் சுவட்டினை
எங்கள் குருதி நிழலிடுகின்றது
இப்போது நீங்கள் எம்முடன் இருங்கள்

உலகின் ஆண்களே
இப்போது நீங்கள் எம்முடன் இருங்கள்

உலகின் ஆண்களே
உலகின் பெண்களே
இப்போது நீங்கள் எம்முடன் இருங்கள்

கறுப்பு வெள்ளை சிவப்பு மஞ்சள்
இனத்து மக்களே
இப்போது நீங்கள் எம்முடன் இருங்கள்

மனிதனுக் குரிய கௌரவம் என்பதை
நாங்கள் உமக்குப் பெற்றுத் தருவோம்
மனிதனின் பிறப்புச் சாட்சிப் பத்திரம்
நாங்கள் உமக்குப் பெற்றுத் தருவோம்
மனிதன் என்ற பெயரின் மதிப்பை
நாங்கள் உமக்குப் பெற்றுத் தருவோம்

•

றிம்பாட்டுக்கு

றிம்பாட் ஓர் அடிமை வியாபாரியாக மாறி
கறுப்புச் சிங்கங்களையும்
கறுப்பு அன்னங்களையும் பிடிக்க
எதியோப்பியாமீது
தன் வலையை வீசியபோது
அவன் கவிதையைக் கைவிட்டான்..
எவ்வளவு நேர்மையானவன்
அச்சிறு பையன்..

ஆனால் அநேக கவிஞர்கள்
அடிமை வியாபாரிகளாக மாறினர்
கடும் வட்டிக் கடைக்காரராகினர்
ஆயினும் அவர்கள் கவிதையைக் கைவிடவில்லை

விளம்பர முகவர் நிலையப் பிரதிநிதிகள்
போலி ஓவிய விற்பனையாளர்கள்
இவர்கள் கூடக் கவிதையைக் கைவிடவில்லை

சுல்தானின் மாளிகையில்
அவர்களின் கவிதைகள்
கதவுகளாகவும் ஜன்னல்களாகவும்
மேசைகளாகவும் கம்பளங்களாகவும்
மாற்றப்பட்டன
ஆயினும் அவர்கள் கவிதையைக் கைவிடவில்லை

அவர்கள் புகழப்பட்டனர்
விருதுகளும் பட்டங்களும் பெற்றனர்

தங்க, வெள்ளிக் கோப்பைகளும் பெற்றனர்
ஆயினும் அவர்கள் கவிதையைக் கைவிடவில்லை
அவர்களின் கவிதையில்
பொலிஸ்காரனின் முத்திரை
பொலிஸ்காரனின் காலடித் தடம்
ஆயினும் அவர்கள் கவிதையைக் கைவிடவில்லை..

எவ்வளவு நேர்மையானவன் றிம்பாட்..
எவ்வளவு நேர்மையானவன் அப்பையன்...

●

வீதிப் பயண விளக்குகள்

சிவப்பு விளக்கு
நில்
பச்சை விளக்கு
போ

சிவப்பு விளக்கு
பச்சை விளக்கு
சிவப்பு விளக்கு
பச்சை விளக்கு
நில்
நில்
போ
போ

சிவப்பு விளக்கு
சிவப்பு விளக்கு
எங்கே பச்சை விளக்கு?

ஒரு காரில் ஒரு கற்பிணிப் பெண்
காரிலேயே அவள் பிரசவிக்கிறாள்
பையன் வளர்கிறான்
காதலிக்கிறான்
காரிலேயே மணந்துகொள்கிறான்
பத்திரிகைகள் சஞ்சிகைகள் படிக்கிறான்
காரிலேயே அவர்கள் அவனைச்
சுற்றிவளைக்கின்றனர்
காரின் டிக்கியில் அவனைப் போட்டுவைக்கின்றனர்
அவனைக் கட்டாயமாக ராணுவத்தில் சேர்க்கின்றனர்.

அவன் காரின் கண்ணாடியின் பின்னால்
ஒரு தியாகியாகச் சாகிறான்
கார்ச் சில்லின் கீழ் அவனைப் புதைக்கின்றனர்
கார் இன்னும் தெருவிலேயே நிற்கின்றது
பச்சை விளக்குக்காகக் காத்து நிற்கின்றது

சிவப்பு விளக்கு
நில்
பச்சை விளக்கு
போ
சிவப்பு விளக்கு
பச்சை விளக்கு

●

ஷஹ்பாவுக்கு அலாவுத்தீனின் விளக்கு★

பூதங்களின் தீவிலிருந்து
நான் திரும்பி வருவதாயின்
அன்பே உனக்கு
பீனிக்ஷ் பறவையை நான் பரிசளிப்பேன்

நமது திருமண மோதிரத்தை
மேகத்தால் மூடப்பட்ட பூதத்தின் பொற்குவையை
எதிரிகளும் நண்பர்களும் எனக்கு அளித்தவற்றை
வீதியில் நான் சேகரித்த பாம்பு முட்டைகளை

பச்சை நரிகளின் கைவளையல்களை
பறவைகளை யாவற்றையும்
நான் உனக்குப் பரிசளிப்பேன்.

ஆனால் அன்பே
ராஜாளி ஓர் இறக்கையைக்கூட
எனக்குத் தராது பறந்துவிட்டது
மேகங்கள் பொற்குவையுடன்
குடியகன்றுவிட்டன
நமது திருமண மோதிரத்தை
பூதம் கொண்டு சென்றுவிட்டது

ஆயினும் இன்னும் காத்திருக்கின்றேன்
கூர்முனைப் பாறை தன் இதயத்திலிருந்து

மலர்களைச் சொரியும் என்று
முட்கள் கடைசிக் கனியையாவது தரும் என்று.

குலையில் ஒரே ஒரு திராட்சை
இன்னும் தொங்கிக் கொண்டுள்ளது

மேகங்களில் ஒரு மழைத்துளியாவது
தங்கியிருக்கும் என்று நம்புகின்றேன்
விளக்கில் ஒரு ஒளிக்கதிராவது
அன்பே ஒரு ஒற்றை ஒளிக்கதிராவது
தங்கியிருக்கும் என்று நம்புகின்றேன்

ராஜாளி மலடாக்கப்பட வேண்டுமென்று
சொன்னவர் யார்?
அல்லது இந்த அலைகள்
பிரசவிக்காது என்று சொன்னவர் யார்?

●

★ ஷஹ்பா கவிஞரின் மனைவி

காலடிச் சுவடுகள்

சகோதரா
அவர்கள் என் கழுத்தில் வாளைத் தீட்ட முயன்றாலும்
நான் முழந்தாளிடமாட்டேன்
இரத்தம் தோய்ந்த என் வாயில்
அவர்களது சவுக்கடி விழுந்தாலும்
விடியல் மிக நெருங்கிவந்தாலும்
நான் பின்வாங்கமாட்டேன்
எங்கள் மூர்க்கமான புயலுக்குப் பாலூட்டும்
நிலத்தில் இருந்து நான் எழுச்சியடைவேன்

சகோதரா
உன்னை மண்டியிடச் செய்ய
கருணை கேட்டு இரந்திடச் செய்ய
உன் கண் எதிரே
கொலையாளிகள் என்னைக்
கொலைக் களத்துக்கு இழுத்துச் சென்றாலும்
நான் மீண்டும் சொல்கிறேன்
சகோதரா
பெருமை மிக்க உன் தலையை நிமிர்த்தி
அவர்கள் என்னைக் கொல்வதைப் பார்
என் கொலையாளிக்குச் சாட்சியாய் இரு

என் குருதியில் தோயும் வாளுக்குச் சாட்சியாய் இரு
குற்றமற்ற எம் குருதியைத் தவிர
கொலையாளியை அம்பலமாக்கும் சக்திதான் எது?

இரவில் அவர்களின் துப்பாக்கிகள்
தன் பதுங்கு குழியிலிருந்து அவனைக் கடத்தி சென்றன
சிறைக் கூடத்தின் இருட்டறையுள்
வீரன் வீசி எறியப்பட்டான்
சங்கிலிகளின் மேலே மினுங்கும்
ஒரு பதாகைபோல அங்கு அவன் இருந்தான்
மிளிரும் எம் எதிர்காலத்தை மூடிய
சாம்பலை எரித்தவாறு.

சங்கிலிகள் ஒளிவிடும் சுடர்விளக்காகின
இப்போதும் அந்த வீரன் வாழ்கிறான்
அவனது காலடிச் சுவடுகள்
ஒவ்வொரு சிறைச்சாலையின்
மூடிய சுவர்களுக்குள்ளும்
வெற்றிக் களிப்புடன் ஒலிசெய்கின்றன.

●

எதிர்த்து நில்

அவர்கள்
ஒரு பேப்பரையும் பேனையையும்
என் மூக்கெதிரே விசுக்கி எறிந்தனர்
என் வீட்டின் திறப்பை
என் கையில் திணித்தனர்

என்னைக் கொண்டு
பேப்பரை மாசுபடுத்த அவர்கள் விரும்பினர்
பேப்பர் சொன்னது : எதிர்த்து நில்
என்னைக் கொண்டு
பேனையை அவமானப்படுத்த அவர்கள் விரும்பினர்
பேனை சொன்னது : எதிர்த்து நில்

சுவரில் ஒரு தட்டு
தறிக்கப்பட்ட ஒரு கையில் இருந்து
சுவரின் குறுக்காக வந்த ஒரு செய்தி
குறிப்பால் உணர்த்தியது : எதிர்த்து நில்

சித்திரவதை அறையின் கூரைமீது
சொட்டு சொட்டாய் விழும்
ஒவ்வொரு மழைத்துளியும் அலறியது :
எதிர்த்து நில்

தௌஃபீக் சையத்
Tawfiq Zayyad

நசறத்தில் பிறந்த தௌஃபீக் சையத் (1932 – 1994) சிறந்த கவிஞரும் அரசியல்வாதியுமாவார். மாஸ்கோவில் சோவியத் இலக்கியம் பற்றிப் படித்துப் பட்டம் பெற்ற இவர், இஸ்ரேல் கம்யூனிஸ்ட் கட்சியில் இணைந்து பாலஸ்தீன உரிமைகளுக்காகப் போராடியவர். 1975இல் 67% வாக்குகள் பெற்று நசறத் மாநகர சபை மேயராகத் தெரிவுசெய்யப்பட்டார் என்பது இவரது மக்கள் ஆதரவுக்கு எடுத்துக்காட்டாகும். ருஷ்ய இலக்கியங்கள் பலவற்றையும், துருக்கியக் கவிஞர் நசீம் ஹிக்மத்தின் ஆக்கங்களையும் இவர் அரபில் மொழிபெயர்த்துள்ளார். இவரது சொந்தக் கவிதைத் தொகுதிகள் பலவும் வெளிவந்துள்ளன. நான் உன்னுடன் கை குலுக்குகிறேன் (1966) என்ற தொகுதி இஸ்ரேலுக்கு எதிரான பலஸ்தீனப் போராட்டத்தில் ஒரு மைல்கல் எனக் கருதப்படுகிறது.

என்னிடம் இருப்பதெல்லாம்

என்தோளில் ஒருபோதும்
நான் துப்பாக்கி சுமந்ததில்லை
அதன் விசையை இழுத்ததில்லை

என்னிடம் இருப்பதெல்லாம்
ஒரு வீணையின் இசைதான்
என் கனவுகளை வரைவதற்கு
ஒரு தூரிகைதான்
ஒரு மைக்குடுவைதான்

என்னிடம் இருப்பதெல்லாம்
அசைக்க முடியாத நம்பிக்கைதான்
துன்புற்ற என் மக்கள் மீதான
ஒரு முடிவற்ற காதல்தான்
●

அடுத்து என்ன?

அடுத்து என்ன?...
எனக்குத் தெரியாது
எனக்குத் தெரிந்ததெல்லாம்
இவ்வளவுதான்...

காலத்தின் வயிறும் வெளியின் வயிறும்
குழந்தைச் சுமையினால் புடைத்து வளைகிறது
எனக்குத் தெரிந்ததெல்லாம்
உண்மை சாவதில்லை
மூர்க்கர்கள் அதனை அடிமைகொள்ளமுடியாது
என்பதுதான்

எனக்குத் தெரிந்ததெல்லாம்
எனது நாட்டில் ஆக்கிரமிப்பாளர்
நிலைத்திருந்ததில்லை என்பதுதான்.

சாத்தியமற்றவை

ஊசித் துவாரத்துள் யானையைச் செலுத்தலாம்
பால் வீதியில் பொரித்தமீன் பிடிக்கலாம்
கடலை உழலாம்
முதலையைக் கூட மனிதனாய் ஆக்கலாம்
இவையெல்லாம் உமக்கு மிகமிக எளிது.

ஆயினும்
சுடர்விடும் எமது நம்பிக்கை ஒளியினை
தொடர்ந்து துன்புறுத்தி அழிக்கலாம் என்பதோ
எமது பயணத்தின் ஓர் அடியினைக் கூட
தடுத்து விடுவதோ
சாத்தியமற்றது

மந்திர வலிமை உடையவர் நாங்கள்
ஆயிரக் கணக்கில் எங்கும் பரந்துளோம்
லித்தாவிலும்
றம்லாவிலும்
கலிலீயிலும்
எல்லா இடமும் நாங்கள் பரந்துளோம்

உமது மார்பின்மேல் ஒரு பெருஞ் சுவராய்
நாங்கள் இங்கிருப்போம்
உமது தொண்டையில்

ஓர் கண்ணாடித் துண்டினை
ஒரு கள்ளி முள்ளினை
நாங்கள் செருகுவோம்
உமது கண்ணில் ஓர் எரியும் தழலினை
நாங்கள் செலுத்துவோம்

உமது மார்பின்மேல் ஒரு பெருஞ் சுவராய்
நாங்கள் இங்கிருப்போம்
உமது தவறணையில் தட்டுகள் கழுவி
உமது எஜமானின் கோப்பையை நிரப்பி
கரி படிந்த
உமது குசினியைத் துப்பரவாக்கி
நாங்கள் இங்கிருப்போம்

பசியால் வாடும் எம் சிறுவருக்காக
உமது வேட்டைப் பல்லிடை இருந்து ஓர்
றொட்டித் துண்டினைப் பறிப்பதற்காக
நாங்கள் இங்கிருப்போம்

உமது மார்பின் மேல் ஒரு பெருஞ் சுவராய்
இங்கு நாம் இருப்போம்
பட்டினியோடு
கந்தல் உடையுடன்
போர்க்குணம் கொண்ட எம் பாடலைப் பாடி
தெருக்கள் தோறும் சினத்துடன் குழுமி
பாதாளச் சிறைகளை மகிழ்வுடன் நிறைந்து
புதிய தலைமுறை வாலிபரிடத்து
பழிவாங்கும் உணர்வினைப் பேணி வளர்த்து
மந்திர வலியுடன் ஆயிரக்கணக்கில்
நாங்கள் எங்கும் பவனி வருவோம்

லித்தாவிலும்
றம்லாவிலும்
கலிலீயிலும்
எங்கும் நாங்கள் பவனி வருவோம்

நாங்கள் இங்கிருப்போம்
பிறகு செல்வோம்
கடலைக் குடிப்போம்
கண் இமை வெட்டாக் காவல் வீரராய்
எங்கள் நிலமெலாம்

எங்கள் மரமெலாம்
நாங்கள் இருப்போம்

புளிக்க வைக்கும் நொதியும் போல
எமது குறிக்கோள் கனியும் வரைக்கும்
நாங்கள் இங்கிருப்போம்

நாங்கள் இங்கிருப்போம் விறைத்த நரம்புடன்
இதயத்திலும் நரம்புகளிலும்
சிவப்பு நரகுடன்
தாகம் தணிக்க நாம் மலைகளைப் பிழிவோம்
புழுதியைக் குடித்துப் பசியினைத் தணிப்போம்

ஆயினும் நாங்கள்
நகரவே மாட்டோம்

இங்கு நாங்கள் இரத்தம் சிந்துவோம்
இங்கு எமக்கோர் பழமை இருந்தது
எதிர்காலம் ஒன்றும் இங்கெமக் குள்ளது
வெல்ல முடியாதவர் இங்கு நாங்களே

ஆகவே
எனது வேர்களே
ஆழச் செல்க
ஆழச் செல்க
•

ஓ, பத்தாயிரம் கைதிகளே

என் அன்புக்குரியோரே
ஓ, பத்தாயிரம் கைதிகளே
உங்கள் குரலோ உறுதிகொண்டெழுந்த
உமது மக்களின் உளம் தொடுகின்றது
உங்கள் நிலைப்பாடு உறுதிகொண் டெழுந்த
உமது மக்கள் தலை நிமிரச் செய்கிறது
உங்களை நாங்கள் ஒருபோதும் மறவோம்

நாங்கள் எல்லோரும் உம்முடன் உள்ளோம்
சுதந்திரத்தின் விலையினைச் செலுத்தி
நம் தாயகத்தில்
சுதந்திரச் சூரியன் உதிக்கும் வரைக்கும்
நாங்கள் எல்லோரும் உம்முடன் இருப்போம்

அந்த நாள் வருகிறது
அது விரைந்து வருகிறது
என் இசைக் கருவியை எடுத்துச் செல்வேன்
வீதிகள் தோறும் பாடித் திரிவேன்

என் பட்டின மெல்லாம்
கிராமங்கள் எல்லாம்
பரிசுகள் குவியும்
விடுதலை பெற்ற என் தாய்நாட்டிற்காக
இங்கிருந்து நான் பாடல் இசைப்பேன்

எங்கெங்கும் நான் பாடல் இசைப்பேன்
அந்த நாள் வருகிறது
அது விரைந்து வருகிறது

எனது பேனையை
இதயத்தில் தோய்த்து எடுத்துச் செல்வேன்
பூவின் இதழ்களில் நான் அதால் எழுதுவேன்
பறவைச் சிறகில் நான் அதால் எழுதுவேன்
காற்றில் நிமிர்ந்த மரக் கொப்புகளில்
நான் அதால் எழுதுவேன்
எமது பண்ணைகளின்
தொழிற்சாலைகளின்
வாசற் கதவிலும்
பாலகர்களின் உள்ளங்கையிலும்
புனித வீரரின் நினைவாலயத்திலும்
இராணுவ வீரரின் தோள்பட்டையிலும்
நான் எழுதுவேன் தொடர்ந்தும் எழுதுவேன்
இங்கும் எழுதுவேன்
கைப்பற்றப்பட்ட ஜெருசலேமிலும்

காசாவிலும் கோலானிலும்
எல்லா இடமும் இதை நான் எழுதுவேன்

முன் ஒரு காலம் என் தாய் நாடு
கைப்பற்றப்பட்ட அடிமையாய் இருந்தது
ஆனால் இன்றோ சுதந்திரம் பெற்றது
கைப்பற்றியவன் கழிந்து மறைந்தான்
இன்று அவன் வெறும் நினைவு மட்டுமே

நான் வாழ்வேன்
உயிர்த்துடிப்புடன் இருப்பேன்
அசையும் ஒரு சிறு காற்றில்
ஒரு பூவில் ஒரு பச்சைப் புல் இதழில்
ஓடும் நீரின் ஒரு சிறு தாரையில்
இடையன் ஒருவனின் புல்லாங் குழலில்
சூரிய ஒளியில் மௌனத்தில்
அசையும் இறக்கைத் துடிப்பில்
நான் வாழ்வேன்

உயிர்த்துடிப்புடன் இருப்பேன்

என் மூதாதையரின் தாய்த்திருநாட்டில்
இறுதி நாள்வரை
நான் மறுபிறப்பெடுப்பேன்

வெற்றியுடனும்
சுதந்திர மனிதனின் வைகறையுடனும்
எனக்கோர் சந்திப்பு நிகழ இருப்பதால்
இறுதி நாள்வரை நான் மறுபிறப் பெடுப்பேன்.

●

என் குருதியில் ஒரு மில்லியன் சூரியன்கள்

எனது தண்ணீரையும் எண்ணெயையும் பறித்தனர்
ரொட்டியின் உப்பை,
ஒளிரும் சூரியனை,
சூடான கடலை,
அறிவின் ருசியை,
இருபது வருடத்துக்கு முன்பு பிரிந்த
நான் தழுவிக்கொள்ள விரும்பும்
என் அனபுக்குரியவளை
அவர்கள் பறித்தனர்.

என்னிடமிருந்து அனைத்தையும் பறித்தனர்
என் வீட்டு முற்றத்தை,
என்மாடியில் இருந்த பூச்சட்டியை
என்னிடமிருந்து அனைத்தையும் பறித்தனர்
ஒரு இதயத்தை
ஒரு மனச்சாட்சியை
ஒரு நாக்கைத் தவிர!

அவர்களது சங்கிலியில் எனது கௌரவம்
எல்லா அகங்காரப் பிதற்றல்களையும்விட
மூர்க்கமாக இருக்கிறது
என் குருதியில் ஒரு மில்லியன் சூரியன்கள்

குரூரங்களுக்கு அடிபணிய மறுக்கின்றன
கட்டற்ற துன்பியலின் மக்களே,
உங்கள் மீதான என் நேசத்தால்
ஏழு வானங்களிலும் நான் புகுந்து போரிடுவேன்
நான் உங்கள் புதல்வன்
இதயத்தால்
மனச்சான்றால்
நாவினால்!

நமது கைகள் உறுதியானவை
தளர்ச்சியற்றவை
அடக்குமுறையாளனின் கைகளோ
தடிப்பாய் இருப்பினும்
நடுங்குகின்றன!

●

நிஸார் கப்பானி
Nizar Gabbani

நிஸார் கப்பானி (1932 – 1998) அரபு உலகின் முக்கியமான கவிஞர்களுள் ஒருவர். சிரியா நாட்டவர். டமஸ்கஸ் பல்கலைக் கழகத்தில் கல்வி பயின்றவர். இருபத்தைந்து கவிதைத் தொகுதிகளும் ஒரு சுயசரிதை நூலும் வெளியிட்டுள்ளார். தற்கால அரபு இலக்கிய வரலாற்றில் ஜூன் இலக்கியம் (அல்-அதப் அல்-ஹுசைறானி) என அழைக்கப்படும் இலக்கியப் போக்கை (1967–1987)  இவரது பின்னடைவு நூலுக்கு எழுதிய அடிக்குறிப்புகள் என்னும் கவிதை தொடக்கிவைத்தது என்பர். மஹ்மூத் தர்வீஷ், சமீ அல் காசிம், றஷீத் ஹுசைன் முதலியோர் இக்கவிதைப் போக்கைப் பிரதிபலித்த முக்கிய பலஸ்தீனக் கவிஞர்களாகக் கருதப்படுகின்றனர். பின்னடைவு நூலுக்கு எழுதிய அடிக்குறிப்புகள் என்ற இவரது கவிதை 1967இல் முதல்முதல் பிரசுரிக்கப்பட்டது. 1967 ஜூன் யுத்தத்தில் ஏற்பட்ட தோல்வியினால் நொறுங்குண்ட தேசத்தின் மனநிலையை இக்கவிதை பிரதிபலிக்கிறது. அரபு உலகம் முழுவதிலும் ஆட்சியாளர்களினால் இக்கவிதை தடைசெய்யப்பட்டது. இதன் விளைவாக ஒவ்வொரு அரபு நாட்டிலும் இக்கவிதை களவாகக் கடத்திச் செல்லப்பட்டது, ரகசியமாக அச்சிட்டு விநியோகிக்கப்பட்டது, மனனம் செய்யப்பட்டது.

பின்னடைவு நூலுக்கு எழுதிய அடிக்குறிப்புகள்

1

நண்பர்களே
பண்டைய சொல் மரணித்துவிட்டது
பண்டைய நூல்கள் மரணித்துவிட்டன
தேய்ந்த சப்பாத்துகளைப் போன்ற
ஓட்டைகளைக் கொண்ட நமது பேச்சும்
மரணித்துவிட்டது
மரணித்த மனம்
தோல்விக்கு இட்டுச் சென்றது

2

நமது கவிதைகள் புளித்துவிட்டன
பெண்களின் கூந்தலும்
இரவுகளும்
திரைச் சீலைகளும்
சாய்வு நாற்காலிகளும் புளிப்படைந்துவிட்டன
எல்லாமே புளித்துப்போய்விட்டன.

3

துயருற்ற என் தேசமே
காதல் கவிதைகள் எழுதும் கவிஞனான என்னை

ஒரு நொடியில்
கத்தியினால் கவிதை எழுதும்
கவிஞனாக மாற்றினாய்

4
எமது உணர்வுகள்
வார்த்தைக்குள் அடங்காதவை
எமது கவிதைகள்பற்றி
நாம் வெட்கப்படவேண்டும்

5
கீழைத்தேய வார்த்தை ஜாலத்தால்
ஒருபோதும் ஒரு ஈயைக்கூடக்
கொல்ல முடியாத
அந்தாரிய அகங்காரத்தால்
பிடில் இசையால்
முரசொலியால்
கிளர்ந்தெழுந்தோம்
போரிடச் சென்றோம்
தோல்வியடைந்தோம்

6
நமது கூச்சல்
நமது செயல்களைவிட உரத்துக் கேட்டது
நமது வாள்கள்
நம்மைவிட உயரமானவை

7
சுருக்கமாகச் சொன்னால்
நாகரீகத்தின் தொப்பியை
நாம் அணிந்திருக்கிறோம்
ஆயின் நமது ஆன்மா
கற்காலத்தில் ஜீவிக்கிறது

8
சல்லடியும் புல்லாங்குழலும் கொண்டு
நீ ஒரு யுத்தத்தை வெல்ல முடியாது

9

நமது அவசரத்தின் விலை
ஐம்பதாயிரம் புதிய கூடாரங்கள்

10

சுவர்க்கம் உன்னைக் கைவிட்டால்
சுவர்க்கத்தைச் சபிக்காதே
சபிக்காதே சந்தர்ப்ப சூழ்நிலைகளை
இறைவன் தான் விரும்புவோருக்கு
வெற்றியைக் கொடுக்கிறான்
வாள் அடித்துத் தர
அவன் ஒரு கொல்லன் அல்ல

11

காலையில் செய்தியைக் கேட்பது
வேதனைக் குரியது
நாய்களின் குரைப்பைக் கேட்பது
வேதனைக் குரியது

12

நமது எதிரிகள்
நமது எல்லையைக் கடக்கவில்லை
எறும்புகள் போல
நமது பலவீனங்களுக்கு ஊடாக
அவர்கள் ஊர்ந்து சென்றனர்

13

ஐயாயிரம் ஆண்டுகள்
நமது குகைகளில் தாடி வளர்க்கின்றன
நமது பண நோட்டு அறியப்படாதது
நமது கண்களோ
ஈக்களின் சுவர்க்கமாயின

நண்பர்களே
கதவுகளை உடையுங்கள்
உங்கள் மூளைகளைக் கழுவுங்கள்
உங்கள் ஆடைகளைக் கழுவுங்கள்

தோழர்களே
ஒரு நூலை வாசியுங்கள்
ஒரு நூலை எழுதுங்கள்
சொற்களையும் மாதுளைகளையும்
திராட்சைகளையும் பயிரிடுங்கள்
பனிவிழும் தேசத்துக்குப் பயணமாகுங்கள்
நீங்கள் குகைகளில் இருப்பது
யாருக்கும் தெரியாது
கலப்பின விலங்குகளாகவே
நீங்கள் கருதப்படுகிறீர்

14

வெற்று ஆன்மாக்களும்
தடித்த தோலும் உடையோர் நாம்
மந்திர வித்தையிலும்
செஸ் ஆட்டத்திலும்
தூக்கத்திலும்
நம் நாட்களைக் கழிக்கின்றோம்
இறைவன் மனித குலத்தை
இரட்சிக்க அனுப்பிய
சமூகத்தினர் நாம்தானா?

15

எமது வனாந்திரத்தின் எண்ணெய் வளம்
நெருப்புமிழும் ஆயுதமாகி இருக்க முடியும்
மரியாதைக்குரிய நம் முன்னோருக்கு
நாம் ஒரு களங்கமானோம்
நாமோ நமது எண்ணெயைப்
பரத்தையரின் கால் விரல் ஊடே
வழிந்தோட விட்டோம்

16

மக்களைக் கயிற்றில் கட்டி இழுத்தவாறு
ஜன்னல்களையும் பூட்டுகளையும் உடைத்தவாறு
வீதிகளின் ஊடாக நாம் எங்கோ ஓடுகிறோம்
தவளைகளைப்போல் போற்றிப் புகழ்கிறோம்
தவளைகளைப்போல் பிரகடனம் செய்கிறோம்

குள்ளர்களை வீரர்களாகவும்
வீரர்களை வீணர்களாகவும் மாற்றுகிறோம்
பள்ளிவாயில்களில் குறிக்கோளற்று மண்டியிடுகிறோம்
கவிதை எழுதுகிறோம்
பழமொழி கூறுகிறோம்
எதிரியின் மீது வெற்றிக்காக
இறைவனையும் இறைஞ்சுகிறோம்

17

சுல்தானை நான் சந்திக்க முடிந்தால்
எனக்கு ஆபத்து எதும் நிகழாது
என்று தெரிந்தால்
நான் அவருக்குச் சொல்லுவேன்

சுல்தான்
உனது வெறிநாய்கள்
எனது ஆடைகளைக் கிழித்துவிட்டன
உனது உளவாளிகள் என்னைத் துரத்துகின்றனர்
அவர்களின் கண்கள் என்னைத் துரத்துகின்றன
அவர்களின் மூக்குகள் என்னைத் துரத்துகின்றன
அவர்களின் பாதங்கள் என்னைத் துரத்துகின்றன
விதியைப் போல் அவர்கள் என்னைத் துரத்துகின்றனர்
எனது மனைவியை விசாரிக்கின்றனர்
என் நண்பரின் பெயர்களைக் குறித்துக்கொள்கின்றனர்

சுல்தான்
நீ இரண்டு யுத்தங்களில் தோற்றாய்
சுல்தான்
எமது மக்களின் அரைவாசிப்பேர் நாக்கற்றவர்கள்
நாக்கற்றவர்களால் யாது பயன்?
எமது மக்களின் அரைவாசிப்பேர்
எறும்புகளைப்போலும் எலிகளைப்போலும்
சுவர்களுக்கிடையில் அடைபட்டுள்ளனர்

எனக்கு ஆபத்து எதும் நிகழாது என்று தெரிந்தால்
நான் அவருக்குச் சொல்லுவேன்

சுல்தான்
நீ இரண்டு யுத்தங்களில் தோற்றாய்
நீ பிள்ளைகளின் தொடர்பினை இழந்தாய்

18
எமது ஐக்கியத்தை நாம் புதைக்காதிருந்தால்
அதன் இளம் உடலைத்
துப்பாக்கிச் சனியனால் கிழிக்காதிருந்தால்
அது நம் கண்களில் தங்கியிருந்திருந்தால்
நாய்கள் நம் தசைகளைக் கடித்துக் குதறியிரா

19
கோபமுற்ற ஒரு தலைமுறை
நமக்கு வேண்டும்
வானத்தை உழுதுவிட
வரலாற்றைத் துடைத்தெறிய
நமது சிந்தனைகளைத் தகர்த்தெறிய
கோபமுற்ற ஒரு தலைமுறை
நமக்கு வேண்டும்
தவறுகளை மன்னிக்காத
வளைந்துகொடுக்காத
ஒரு புதிய தலைமுறை நமக்கு வேண்டும்
ராட்சதர்களின் ஒரு தலைமுறை நமக்கு வேண்டும்

20
அரபுக் குழந்தைகளே
எதிர்காலத்தின் தானியத் தளிர்களே
நீங்களே எமது சங்கிலிகளை உடைப்பீர்கள்
எமது தலை நிறைந்த அபினைக் கொல்வீர்கள்
மாயைகளைக் கொல்வீர்கள்

அரபுக் குழந்தைகளே
ஜன்னல்கள் அற்ற எமது தலைமுறையைப் படியாதீர்
நாங்கள் பயனற்றவர்கள்
கெக்கரிக் கோதுபோல் பயனற்றவர்கள்
எங்களைப் பின்பற்றாதீர்
எங்களை அங்கீகரியாதீர்
எங்கள் கருத்துக்களை ஏற்றுக்கொள்ளாதீர்
நாங்கள் நேர்மையற்றவர்
நாங்கள் ஏமாற்றுக்காரர்

அரபுக் குழந்தைகளே
வசந்தகால மழைத்துளிகளே

எதிர்காலத்தின் தானியத்தளிர்களே
தோல்வியை வெற்றிகொள்ளும்
தலைமுறை நீங்களே

●

(அந்தாரிய அகங்காரம் ... இத்தொடரில் வரும் அந்தார் (கி.பி. 525–615) இஸ்லாத்துக்கு முந்திய கால அரபுக் கவிஞர். அப்பெயருடைய ஒரு காவிய நாயகன் தோற்கடிக்கப்பட முடியாத வீரனின் குறியீடாவான்)

ஆட்சியாளரும் ஊர்க்குருவியும்

என் கவிதைகளை வாசிக்க
அரபுத் தாயகம் எங்கும் பயணம் செய்தேன்
கவிதை பொதுமக்களின் ரொட்டி
என்பதைப் புரிந்து கொண்டேன்
சொற்கள் மீன்கள் என்பதையும்
மக்கள் அவை வாழும்
தண்ணீர் என்பதையும்
நான் அறிந்துகொண்டேன்

அரபுத் தாயத்தில்
ஒரு குறிப்புப் புத்தகத்துடன் மட்டுமே
நான் பயணம் செய்தேன்
பொலிஸ் நிலையங்கள்
என்னை அலைக்கழித்தன
ராணுவத்தினர் என்னை அலைக்கழித்தனர்
என் சட்டைப்பையில் நான் வைத்திருந்ததெல்லாம்
ஒரு ஊர்க்குருவிதான்
ஆனால் அந்த அதிகாரி
ஊர்க்குருவியின் கடவுச் சீட்டைக் கேட்டான்
சொற்களுக்கும் என் நாட்டில்
கடவுச் சீட்டு வேண்டும்

நான் கடவாணைச் சீட்டுக்காகக் காத்திருந்தேன்
மணல் மேடைகளை வெறித்து நோக்கியவாறு

ஒரே தாயகம்பற்றிக் கூறும்
ஒரே மக்களைப்பற்றிக் கூறும்
போஸ்டர்களை வாசித்தவாறு
என் கடவாணைச் சீட்டுக்காகக் காத்திருந்தேன்

உடைந்த கண்ணாடித் துண்டுகளைப் போல
என் நாட்டின் கேற்றடியில்
நான் கைவிடப்பட்டேன்

●

(கடவாணைச் சீட்டு – Pass)

அவசரக்காரர்கள்

1
அவமானத்தின் கடைசிச் சுவர்கள் வீழ்ந்தன
நாம் குதூகலித்தோம்...
நடனமாடினோம்...
கோளைகளின் சமாதான ஒப்பந்தத்தால் ஆசிர்வதிக்கப்பட்டோம்...
இனி நம்மை எதுவும் அச்சுறுத்தாது
எதுவும் நம்மை அவமானப்படுத்தாது
நமது மான நரம்பு மரத்துவிட்டது

2
வீழ்ந்தது...
ஐம்பதாவது தடவையாக...
நமது கன்னிமை...
அதிர்ச்சியோ அழுகையோ அற்று
இரத்தத்தைக் கண்டு பீதியடையாது
நாம் அவசர யுகத்துள் நுழைந்தோம்...
கொலைக்களத்தில் நிற்கும் செம்மறிகள்போல
நாம் வரிசையில் நின்றோம்
நாம் மூச்சிளைக்க ஓடினோம்...
கொலைகாரரின் சப்பாத்தை முத்தமிடப் போட்டியிட்டோம்...

3
ஐம்பது வருடங்கள்
நம் பிள்ளைகளைப் பட்டினிபோட்டார்கள்
இறுதியில் நமக்கு வீசினார்கள்
ஒரு வெங்காயத்தை...

4

கிறேனடா வீழ்ந்தது
அராபியரின் கையிலிருந்து ஐம்பதாவது தடவையாக...
வரலாறு அராபியரின் கையிலிருந்து வீழ்ந்தது
ஆன்ம பலத்தின் தூண்கள் வீழ்ந்தன
குலக்குழுவின் கிளைகள் வீழ்ந்தன
வீரமரபுப் பாடல்கள் அனைத்தும் வீழ்ந்தன...
செவில்லே வீழ்ந்தது...
அன்ரியோக் வீழ்ந்தது...
அம்மோறியா வீழ்ந்தது...
ஹிற்றின் வீழ்ந்தது ஒரு எதிர்ப்பும் இன்றி
ஆயுத தாரிகளின் கையில் மேரி வீழ்ந்தாள்
தெய்வீகக் குறியீட்டைக் காப்பாற்ற
ஒரு ஆண்மகனும் இருக்கவில்லை...
ஆண்மையும் இருக்கவில்லை

5

நம் விருப்பத்துக்குரியவற்றுள் கடைசியும் வீழ்ந்தது
ரோமானியரின் கைகளில்.
பின் நாம் எதைப் பாதுகாக்கிறோம்?
நம் மாளிகையில் ஒரு வெள்ளாட்டிகூட எஞ்சியில்லை
கோப்பி தயாரிக்க...
கொஞ்சிக் குலாவ...
பின் நாம் எதைப் பாதுகாக்கிறோம்?

6

நம் கைகளில் எதுவும் எஞ்சியில்லை
நம்மிடமிருந்த ஒரே ஒரு அந்தலுஸ்
அவர்கள் கதவுகளைத் திருடினர்
சுவர்களைத் திருடினர்
மனைவியரையும் பிள்ளைகளையும் திருடினர்
ஒலிவையும் எண்ணெயையும் திருடினர்
தெருக் கற்களைத் திருடினர்
பால்குடிப் பருவத்தில்
மேரியின் புதல்வர் யேசுவைத் திருடினர்
நம்மிடமிருந்து எலுமிச்சையின் நினைவை

அப்றிகொற்றின் நினைவைத் திருடினர்
பள்ளிவாசல்களின் லாந்தர் விளக்கைத் திருடினர்

7

அவர்கள் நம் கையில் விட்டுவைத்தவை
ஒரு மீன்றின் அதன் பெயர் காசா...
ஒரு காய்ந்த எலும்பு அதன்பெயர் ஜெரிக்கொ
கூரையும் தூண்களும் இல்லாத ஒரு உணவகம்
அதன் பெயர் பலஸ்தீன்
எலும்புகள் இல்லாத ஒரு உடம்பை,
விரல்கள் இல்லாத ஒரு கையை
நமக்கு விட்டுவைத்தனர்

8

நாம் அழுவதற்கு அழிபாடுகள் எவையும் எஞ்சி இல்லை
கண்ணீர் பறிக்கப்பட்ட ஒரு தேசம்
எவ்வாறு அழும்...?

9

ஒஸ்லோவில் இந்த இரகசிய கூடலின் பின்னர்
நாம் மலடாக வெளிவந்தோம்
கோதுமைத் தானியத்தைவிடச்
சிறிய தாயகம் ஒன்றை அவர்கள் நமக்குத் தந்தனர்
தண்ணீர் இன்றி நாம் விழுங்கும் ஒரு தாயகம்
அஸ்பிரின் மாத்திரைகள்போல...

10

ஐம்பது வருடங்களுக்குப் பிறகு
அழிக்கப்பட்ட ஒரு நிலத்தில் நாம் அமர்கிறோம்
நமக்கு ஒரு புகலிடம் இல்லை
ஆயிரக்கணக்கான நாய்களைப்போல்...!

11

ஐம்பது வருடங்களுக்குப் பிறகும்...
இந்தக் கானல்நீரைத் தவிர
வாழ்வதற்கு ஒரு தாயகத்தை நாம் காணவில்லை ...
இது ஒரு நல்லிணக்கம் அல்ல ...

ஒரு குத்துவாள்போல் நம்முள் செருகப்பட்ட
நல்லிணக்கம்...
இது ஒரு வன்புணர்ச்சி!

12

ஒரு வெடிகுண்டின் முனைபோல
மக்களின் மனச்சாட்சி உயிர்ப்புடன் இருக்கையில்
இந்த அவசரத்தின் பயன் என்ன?
இந்த அவசரத்தின் பயன் என்ன?
ஒஸ்லோ கையெழுத்துகள் எல்லாம் சமமற்றவை
ஒரு கடுகு...!

13

ஒரு பசிய சமாதானத்தை
ஒரு வெண் பிறையை
ஒரு நீலக் கடலை
விரித்த கப்பற்பாய்களை
நாம் கனவுகண்டோம்
திடீரென ஒரு சாணிக் குவியலில்
கிடக்கக் கண்டோம்!

14

கோளைகளின் சமாதானத்தைப்பற்றி
அவர்களிடம் யார் கேட்பது
உறுதியும் வலிமையும் உடையோரின் சமாதானம் அல்ல.
தவணை முறையில் விற்கும் சமாதானம் பற்றி
தவணை முறையில் வாடகைக்குவிடும் சமாதானம் பற்றி
பேரங்கள் பற்றி
வியாபாரிகள் பற்றி... சுரண்டுவோர் பற்றி
அவர்களிடம் யார் கேட்பது?
இறந்தோரின் சமாதானம் பற்றி
அவர்களிடம் யார் கேட்பது?
அவர்கள் வீதியை மௌனிக்கச்செய்தனர்
எல்லா வினாக்களையும்
வினவுவோர் எல்லாரையும்
அவர்கள் படுகொலைசெய்தனர்

15

முன்னொருநாள் நம் குழந்தைகளைத் தின்ற,
நம் ஈரலைச் சப்பிய பெண்ணுக்கு
காதலற்று மணமுடிக்கப்பட்டோம்
நாம் அவளைத் தேன் நிலவுக்கு அழைத்துச் சென்றோம்
குடித்தோம்... கூத்தாடினோம்...
நம்மிடம் எஞ்சியிருந்த காதல் கவிதைகளை
நினைவு கூர்ந்தோம்
-பின் துரதிஷ்டவசமாக -
வலதுகுறைந்த பிள்ளைகளின் தந்தையரானோம்
அவர்கள் தவளை வடிவில் இருந்தனர்...
நாம் துன்பத்தின் நடைபாதைக்குத் துரத்தப்பட்டோம்
தழுவிக்கொள்ள ஒரு நாடு இன்றி
அல்லது ஒரு குழந்தை இன்றி.

16

திருமணத்தில் ஒரு அராபியனும் நடனமாடவில்லை
அரபு உணவு இல்லை
அரபுப் பாடல் இல்லை
அரபு அவமானம்கூட இல்லை
திருமண ஊர்வலத்தில்
நாட்டின் புதல்வர்கள் யாரும் இல்லை

17

அரைவாசிச் சீதனம் டொலரில்...
வைர மோதிரம் டொலரில்...
திருமணக் கேக் அமெரிக்க உபயம்...
திருமண விரிப்பு, மலர்கள், மெழுகுவர்த்தி, இசை
எல்லாம் அமெரிக்கத் தயாரிப்பு

18

திருமணம் முடிந்தது...
அந்தக் குதூகலதில்
பலஸ்தீன் கலந்து கொள்ளவில்லை
ஆனால், அவளது படம் எல்லா அலைவரிசைகளிலும்
ஒளிபரப்பப்பட்டதை அவள் பார்த்தாள்

தனது கண்ணீர்
சமுத்திர அலைகளைத் தாண்டி
சிகாகோவை நேக்கி, ஜேர்சியை,
மியாமியை நோக்கி செல்வதை அவள் பார்த்தாள்
வதைக்கப்பட்ட ஒரு பறவைபோல் அவள் அலறினாள்
இந்தத் திருமணம் எனது திருமணமல்ல
இந்த ஆடை எனது ஆடை அல்ல
இந்த அவமானம் எனது அவமானம் அல்ல
ஒருபோதும் இல்லை... அமெரிக்கா
ஒருபோதும் இல்லை... அமெரிக்கா
ஒருபோதும் இல்லை... அமெரிக்கா

•

(1995ல் அமெரிக்க ஆதரவுடன் கைச்சாத்திடப்பட்ட ஒஸ்லோ சமாதான உடன்படிக்கைக்கான எதிர்வினை)

நான் துயரப் புகைவண்டி

ஆயிரக்கணக்கான புகைவண்டிகளில்
நான் பயணம் செய்கிறேன்
என் விரக்தியை ஆசனமாக்கி
என் சிகறற் புகை மேகத்தில் ஏறி
சவாரி செய்கிறேன்
என் காதலிகளின் விலாசங்களை
என் உடுப்புப் பெட்டியில் வைத்திருக்கிறேன்
என் நேற்றையக் காதலிகள் யாரோ?

தன் பாதையில்
தூரங்களின் தசைகளைச் சப்பியவாறு
தன் பாதையில் வயல்வெளிகளை அழித்தவாறு
தன் பாதையில் மரங்களை விழுங்கியவாறு
ஏரிகளின் பாதங்களை நக்கியவாறு
புகைவண்டி செல்கிறது
வேகமாக வேகமாக...
பரிசோதகன் என்னிடம் டிக்கட் கேட்கிறான்
என் தரிப்பிடத்தையும் கேட்கிறான்
எனக்கு ஒரு தரிப்பிடம் உண்டா?
உலகில் எந்த ஹோட்டலுக்கும் என்னைத் தெரியாது
என் காதலிகளின் விலாசங்களும் தெரியாது

நானே துயரப் புகைவண்டி
நான் நிற்கக்கூடிய இறங்கு தளங்கள் எவையும் இல்லை
என் எல்லாப் பயணங்களிலும்
என் இறங்கு தளங்கள் வழுவிச் செல்கின்றன
என் புகைவண்டி நிலையங்கள்
என்னை விட்டும் வழுவிச் செல்கின்றன

சுலஃபா ஹிஜாவி
Sulafa Hijjawi

1934இல் நபுலஸில் பிறந்த இவர், தன் இளமைக் காலத்தின் பெரும் பகுதியைப் பக்தாத்தில் கழித்தார். காசிம் ஜவாத் என்ற ஈராக் நாட்டுக் கவிஞரைத் திருமணம் செய்த இவர், பக்தாத் பல்கலைக்கழகத்தில் ஆங்கில இலக்கியமும் அரசறிவியலும் கற்றவர், Review of the Centre for Palestinian Studies சஞ்சிகையின் ஆசிரியர்களுள் ஒருவராகப் பணி புரிந்தவர். அரபு, ஆங்கில மொழிகளுக்கிடையே நிறைய மொழி பெயர்ப்புச் செய்திருக்கிறார். Poetry of Resistance in Occupied Palestine (1969) என்பது இவர் ஆங்கிலத்தில் மொழிபெயர்த்த கவிதைத் தொகுப்பு. 1977இல் பலஸ்தீனப் பாடல்கள் என்ற இவரது சொந்தக் கவிதைத் தொகுப்பு வெளிவந்தது.

அவனது படம்

அவனது சடலம்
தூக்குமேடையில்
காற்றில் அசைந்துகொண்டிருக்கையில்
அவனது படம் இன்னும் சுவரில் தொங்குகிறது
வெதுவெதுப்பாகவும் பிரகாசமாகவும்

தயவுசெய்து கவனி
காற்றுக்கு அது ஒரு திறந்த அடையாளம்

ஓ காற்றே
அவனது உடலின் காயங்களைத் தடவிக்கொண்டு
நான்கு திசைகளுக்கும் நீ செல்கையில்
தூங்கும் குழந்தைகளை எழுப்பிவிடாதே
அல்லது காத்திருக்கும் நட்சத்திரங்களுக்குச் சொல்
கொலைக்கள வீதியில்
அவர்கள் அவனைத் தூக்கிலிடும் போது
அவனது படம் சுவரில் இன்னும் தொங்குகிறது
வெதுவெதுப்பாகவும் பிரகாசமாகவும்

●

மரண தண்டனை

இரவில் படையினருக்குக் கட்டளை வந்தது
எங்கள் அழகிய கிராமம்
செய்த்தாவை அழித்திடுமாறு

செய்த்தா
மரங்களின் மணமகள்
முகை அவிழும் மலர்ச் சோலை
காற்றுகளின் தீப்பொறி

இருளில் வந்தனர் படையினர்
கிராமத்தின் புதல்வர்
மரங்கள்
வயல்கள்
மலரா முகைகள் அனைத்தும்
புகலிடம் தேடி
செய்த்தாவை இறுகப்பற்றி
அணைத்து நின்றன

'கட்டளை இதுதான்
விடியமுன்னர் செய்த்தா அழிக்கப்படும்
எல்லாரும் வெளியேறலாம்'
ஆயினும் நாங்கள்
இறுகப்பற்றி அணைத்து நின்றோம்

பாடினோம்: செய்த்தா எங்கள் பூமி
பூமியின் இதயம்
நாம் அதன் கிளைகள்

எனினும் மக்கள் வீழ்ச்சி அடைந்தனர்
சிறிது நேர எதிர்ப்பு
பின்னர் இரவுகளின் எல்லை தாண்டி
அழிவற்ற ஒரு அணைப்பாக மட்டும்
செய்த்தா எஞ்சி இருக்கிறாள்

வினாடிகளில் அவள் கற்குவியலானாள்
ஒரு சிறு அடுப்புக்கூட மிஞ்சவில்லை
மனிதரும் கற்களும் அரைக்கப்பட்டு
புழுதியாய் மாறினர்
சாத்தியமற்றதின் வெளிச்சத்தில்
என்றைக்குமாகத் தூவிக் கலந்தனர்

இப்போது மாலை வேளைகளில்
எமது காற்றின் பாடலில்
சமவெளிகள் மேலாக
தன் கருஞ்சிவப்புத் தீப்பொறிகளைக்
கனலவிட்டவாறு செய்த்தா எழுகிறாள்
காலையில் செய்த்தா
வயல்களுக்குத் திரும்புகிறாள்

டியூலிப் மலர்களைப்போல
செய்த்தாவில் இரவுதான் காலை
இரவுதான் காலை
●

றஷீத் ஹுசைன்

Rashid Husain

ஹைபாவில் பிறந்த றஷீத் ஹுசைன் (1936–1977) பாடசாலை ஆசிரியராகப் பணிபுரிந்து தன் அரசியல் ஈடுபாடு காரணமாக இஸ்ரேல் அதிகாரரிகளால் வேலை நீக்கம் செய்யப்பட்டவர். இஸ்ரேல் சிறையில் பல ஆண்டுகளைக் கழித்தவர். அல் ஃபஜ்ர் (உதயம்) என்ற சஞ்சிகையின் ஆசிரியராகவும் பணிபுரிந்தார். 1962இல் இச்சஞ்சிகை தடை செய்யப் பட்டது. 1967 ஜூன் யுத்தத்துக்குப் பின்னர் புலம்பெயர்ந்து, நியுயோர்க் நகரில் வறுமையில் வாடிய இவர் அங்கேயே தீ விபத்தில் இறந்தார். அரபு, ஹீப்று மொழிகளுக்கிடையே மொழிபெயர்ப்புகளும் செய்த இவரது மூன்று கவிதைத் தொகுதிகள் வெளி வந்துள்ளன.

றஷீத் ஹுசைனின் அரசியல் கவிதைகள் படிமங்களாலும் குறியீடு களாலும் ஆனவை. மூன்று அம்சங்கள் இவருடைய கவிதைகளில் முனைப்பாக வெளிப்படுகின்றன என்பர். முதலாவது, 1948க்குப் பின்னர் இஸ்ரேல் அராபியரின் துயர் நிலை; இரண்டாவது, அரபு மக்களை வஞ்சித்த அரபுத் தலைவர்களுக்கெதிரான கிளர்ச்சி; மூன்றாவது, ஆசிய ஆபிரிக்கத் தேசிய இயக்கங்களுடன் தங்களையும் இனங்காணுதல். 1950களின் ஆரம்பத்தில் இஸ்ரேல் அரபு இலக்கியத்தில் காணப்படா திருந்த இந்த அரசியல் பிரக்ஞை ஹுசைனின் கவிதைகளில் நன்கு பிரதிபலிக்கின்றது. ஹுசைனே இத்தகைய கவிதைகளின் முன்னோடி என்பர்.

நரகத்துப் பூக்கள்

இருண்ட கூடாரங்களில்
சங்கிலிகளில்
நரகத்து நிழலில்
எனது மக்களைச் சிறையிட்டுள்ளனர்
வாய்மூடி இரும் என ஆணையிட்டுள்ளனர்

அவர்கள் ஏதும் முறையீடு செய்தால்
இராணுவச் சவுக்கால்
சாவால் பசியால்
அச்சுறுத்தினர்

அச்சுறுத்தியோர் சென்றனர் ஆயினும்
நரகத்தில் மகிழ்வுடன் வாழ்க
என்றே அவர்கள் கூறிச் சென்றனர்
அந்த அனாதைக் குழந்தைகளை
உங்களால் பார்க்க முடிகிறதா?
ஆண்டாண்டுகளாக அவர்களும் துயரமும்
சகாக்களாய் இருந்தனர்
பிரார்த்தித்துக் களைத்தனர்
கேட்போர் இன்றி

'குழந்தைகளே யார் நீங்கள்?
இப்படி உங்களை வருத்தியோர் யாவர்?'

'நாங்கள் நரகத்துப் பூக்கள்'
என்றனர் அவர்கள்

மனிதர்களாக மதிக்கப்படாத
இலட்சோப லட்சம் மனிதருக்காக
இக்கூடாரங்கள் மத்தியில் சூரியன்
நிரந்தரமான ஓர் பாதையைச் சமைப்பான்
பொன்வாழ்வுச் சிவிகையில்
சூரியன் கீழே பவனி வருவான்
காதல் பனிநீரால்
நரக நெருப்பினை நாங்கள் அணைப்போம்.

●

அலுகோசு

ஒரு கயிறு
ஒரு சுத்தியல்
ஒரு இரும்புக் கம்பி
தாருங்கள் எனக்கு
ஒரு தூக்கு மரத்தை நான் ஆக்குதற்காக

எங்கள் மத்தியில்
இன்னும் ஓர் கும்பல்
எஞ்சியுள்ளது
அவமானத்தை அது சாப்பிடுகின்றது
தலை குனிந்து நடந்து செல்கின்றது
அவர்களின் பிடரியை நிமிர்த்துவோம் நாங்கள்

எதிர்ப்படும் ஒவ்வொரு கையையும்
நக்கும் ஒருவனை
எப்படி நாங்கள் எம்மிடை வைக்கலாம்?
●

எனது தாயகம் ஆசியா

எனது தாயகம் ஆசியா
அதுவோ காதலின் கண்டம்
குருதியின் கண்டம்
உள்ளக் கிளர்ச்சியின் கண்டமும் அதுதான்.

காலம் கடத்துவோர்க் கெதிராய்க்
கிளர்ந்தெழும் மனிதரின் கண்டம் அது.
நேற்று
பசித்து களைத்து வஞ்சிக்கப்பட்ட
எனது மக்களைக் கண்ணெடுத்தும் பாராது
என் மதிப்பரும் வளங்களை மட்டும்
வாயூற நோக்கியோர் யாரோ

இன்று
ஆசியாவின் கௌரவத்தை
அங்கீகரிக்கும் நிலைக்கு ஆளாகியோர் யாரோ

அந்த எஜமானர்களுக் கெதிராய்
கிளர்ந் தெழும் கலகக் காரரின்
மூசி எரியும் தீச்சுவாலையின்
கண்டம் அது.

ஆசியா
அது என் தாயகம்.

●

இலக்கணப் பாடங்கள்

முதலாவது பாடம்:

அவருக்கு அறுபது வயது
இன்னும் கற்பிக்கிறார்
ஒருமுறை அவர் வகுப்புக்குள் வந்து சொன்னார்:

    இலக்கணம் கூறுக: 'ஆசிரியர் வந்தார்'
    அவர் பகடிவிடுவதாக நாங்கள் நினைத்தோம்
    அதனால் சிரித்தோம்
    ஆயினும் சொன்னோம்
    'வந்தார்' : வினைச்சொல்
    'ஆசிரியர்' : ?
    திடீரென நாங்கள் விளங்கிக் கொண்டோம்.
    ஒரு நொடியில்...
    நாங்கள் மௌனமானோம்
    அவர் முணுமுணுத்தல் கேட்டது:
    'வந்தார்' : வினைச்சொல்
    'ஆசிரியர்' :
    அவர் வரவில்லை
    பொலிஸ் அவரைக் கொண்டு வந்தது..
    ஆயினும் அவர் கற்பிப்பார்.

அவருக்கு எழுபது வயதாகும்வரை
கூடவே நாமும் வளர்ந்தோம்
எனினும் இன்னும் அவர் கற்பித்தார்
உதாரணமாக ஆசிரியர் சொன்னார்:

'என் எஜமானன் புரட்சியை கனவு காண்கிறார்
ஆனால் போரிடமாட்டார்'
தன்னளவில் நூற்றுக்கு நூறு பூரண வாக்கியம்
இதற்கு இலக்கணம் கூறு
நீயும் ஓர் போராளி ஆவாய்

நாங்கள் ஒன்றும் கூறாது
மௌனமாய் இருந்தோம்
ஆயினும் எங்கள் மௌனமே போர்புரிந்தது
எங்கள் மௌனம்... ஆனால்:

எங்கள் வகுப்பில் தனது கைகளால்
பூமிக்கு ஊட்டம் அளித்த
ஓர் பையன் இருந்தான்
அதன் ஒலிவம் பழங்கள்
அவன் வாய் நிறைந்து வழிந்தன
அவனது பெயர் அத்னன்...
நிலம் அற்ற ஓர் உழவன்
ஆயினும் அவன் மௌனித்திருக்கவில்லை
இல்லை
ஒவ்வொரு துளியிலும் அவன் ஒரு போராளி
அன்று அவன் இலக்கண விதிகளைப் புறக்கணித்தான்
கற்பித்தல் தொடர்ந்தான்
'எனது எஜமான்' : எழுவாய் அல்ல
'கனவு காண்கிறார்' : ஒரு வினைச்சொல் அல்ல
'ஐ' வேற்றுமை உருபால் ஆளப்படுவது
'புரட்சி' : வேற்றுமை உருபால் ஆளப்படாதது
'ஆனால் போரிடாது' : அது சரிதான்

கடைசிக்கு முந்திய பாடம்:

மறுநாள் ஆசிரியர் வகுப்புக்கு வந்தார்
ஒரு தோடம் பழத்தின் வெளித்தோல் போல
மகிழ்ச்சியாகவும் உயிர்ப்புடனும்
எழுபதாயினும் இன்னும் குழந்தை..
முகமன் கூறி பின்னர் சொன்னார்

'அவர்கள் அத்னனைச் சிறையில் அடைத்தனர்'
மாணவிகளே இதற்கு இலக்கணம் கூறுக
மாணவர்களே இதற்கு இலக்கணம் கூறுக

நாங்கள் கிளர்ச்சியுற்றோம்..
விம்மி அழுதோம்
பின்னர் உரத்த குரலில் கத்திச் சொன்னோம்
   'அத்னன்' : எழுவாய்
   'சிறை' : செயப்படு பொருள்
இலக்கணத்தையும் அதன் விதிகளையும் தீயில் இட்டோம்
போராளிகளாக மாறினோம்

●

முதலாவது காதலன்
(விசாரணை என்ற நாடகத்திலிருந்து)

விசாரணையாளன்:

இந்தக் கவிதையில் நீ தெளிவாகச் சொல்கிறாய்
எனது மனைவி உன்னைக் காதலிப்பதாய்

கவிஞன்:

நான் எனது நாட்டைப் பற்றிப் பேசுகிறேன்
உனக்கு முன்னர் நான் அங்கிருந்தேன்
என்று சொல்கிறேன்
எப்போதும் முதலில்
அவள் என்னையே நினைப்பாள்
என்று சொல்கிறேன்.

நீ அவள் கணவனாய் இருக்கலாம்–
அதனால் என்ன
உனக்கு முன்னர் நானே அவளைக் காதலித்தேன்
அவள் இதயத்தில் முதல் இடம் பெற்றேன்.

நீ அவளுக்கு வாசனைத் தைலம் வாங்கினாலும்
அழகிய உடைகள் வாங்கினாலும்
எனக்காகவே அவள் அவற்றை அணிவாள்

நெடுநாள் முன்னர் நான் அவள் மடியில்
படுத்துக்கொண்டு சிகரட் புகைத்தேன்

உனது திருமண நாளில் உங்களுக்கிடையில்
உனது படுக்கையில் கூட நான் வந்தமர்ந்தேன்
நீயே அவளது மணமகன் ஆயினும்
என்னையே அவள் அணைத்துக் கொள்வாள்
என்னையே அவள் மிகவும் விரும்புவாள்
உங்கள் இருவருக்கிடையில் நான் எப்போதும் இருப்பேன்
உனக்காக வருத்தப்படுகிறேன் ஆயின்
நானே முதல் முதல் அவளை அடைந்தேன்.

•

சமீஹ் அல் காசிம்
Samih al Qasim

சமீஹ் அல் காசிம், மிகப் பிரசித்திபெற்ற பலஸ்தீன அரபுக் கவிஞர்களுள் ஒருவர். ஜோர்தானில் உள்ள சர்கா என்ற ஊரில் 1939இல் பிறந்த இவர், றமா, நசறத் ஆகிய இஸ்ரேல் நகரங்களில் கல்வி பயின்றார். சில காலம் இஸ்ரேல் பாடசாலை ஒன்றில் ஆசிரியராகவும் பணிபுரிந்தார். ஆயினும், இவரது அரசியல் கொள்கை காரணமாக இவர் பதவி நீக்கம் செய்யப்பட்டார். இஸ்ரேல் கம்யூனிஸ்ட் கட்சியின் உறுப்பினரான இவர் தனது கவிதைகள், அரசியல் நடவடிக்கைகள் காரணமாக பலமுறை வீட்டுக் காவலிலும், சிறையிலும் வைக்கப்பட்டுள்ளார். 1960களின் இறுதி அளவில் (அதாவது அவரது முப்பதாவது வயதில்) இவரது ஆறு கவிதைத் தொகுதிகள் வெளிவந்திருந்தன. அறபு உலகெங்கும் அவை விரும்பிப் படிக்கப் பட்டன. இதுவரை இவரது இருபத்தைந்து கவிதைத் தொகுதிகள் வெளிவந்துள்ளதாக அப்துல்லா–அல் உதாரி (1986) கூறுகிறார். நவீன பலஸ்தீன இலக்கியத் தொகுதி ஒன்றை ஆங்கிலத்தில் வெளியிட்ட சல்மா கத்ரா ஜய்யூசி (1995) இவரது தொகுதிகள் பன்னிரண்டுக்கு அதிகம் என்று கூறுகிறார். எது சரியான எண்ணிக்கை என்று தெரிய வில்லை. கவிதைத் தொகுதிகளுக்குப் புறம்பாக இவரது சுயசரிதைப் பாங்கான ஒரு நாவலும், நாடகமும், நாட்குறிப்பு ஒன்றும் நூலாக வெளிவந்துள்ளன.

இங்கு இடம் பெற்றுள்ள சமீஹ் அல் காசிமின் கடைசி ஏழு கவிதைகளையும் மொழிபெயர்த்தவர் கவிஞர் இ. முருகையன்.

காதல் கவிதைகள்

1
நான் சனங்களைக் கடந்து செல்கையில்
என் குசுகுசுப்பையும் சிரிப்பையும்
அவர்கள் கேலி செய்கின்றனர்
பைத்தியக் காரத்தனமாய்
தன் இளமையை விரயம்செய்யும்
அந்நியனுக்காக அவர்கள் அனுதாப்படுகின்றனர்.

அன்பே, அவர்களை மன்னித்துவிடுவோம்
நீ என் அருகே நடந்துவருவதை
அவர்கள் காணவில்லை
அவர்களை மன்னித்துவிடுவோம்.

2
நீ என் உள்ளே இருப்பதால்
உன்னை எப்படிப் பார்ப்பது என்பதை
எனக்குச் சொல்லித் தா

நான் உனக்கு உள்ளே இருப்பதால்
உன்னை எப்படித் தழுவிக் கொள்வது என்பதை
எனக்குச் சொல்லித் தா

உன் துன்பங்களை
நான் எவ்வாறு மகிழ்ச்சியாக மாற்றுவேன்?

எல்லா ஆசீர்வாதங்களும் உனக்காகட்டும்
உன்னை நோக்கி
ஒரு நதிபோல் பெருகிவரும்
என் கைகளைப் பற்றிக்கொள்
உயர்ந்த காதல் ஒரு தெய்வீக வார்த்தைதான்.

3

என் காலத்தையெல்லாம்
குருதியாகச் சிந்தினேன்
என் குருதி கொந்தளிப்பாய் இருந்தது
என் இடத்தையெல்லாம்
குருதியாகச் சிந்தினேன்
என் குருதி குழப்பநிலையில் இருந்தது
இன்னும் என் பெருமை என்னுடனே உள்ளது
ஏனெனில், என் இரங்கற் பாக்களில்
நீயும் பங்குகொண்டாய்
என் பாடல்களை ஆசீர்வதித்தாய்

4

நான் உன்னைக் காதலிக்கிறேன்

உன் காதுக்குள் குசுகுசுத்தேன்:
நான் உன்னைக் காதலிக்கிறேன்

உரத்த குரலில் கத்தினேன்:
நான் உன்னைக் காதலிக்கிறேன்

காலத்தின் தொடக்கமாய் இரு
எல்லா வெளியினதும் முடிவுமாய் இரு

5

உன் கை என் கையில்
உன் கண்கள் என் கண்களில்
தாய் நாடு ஒரு புகைவண்டி
ஒரு புழுதிச் சுழலையும்
செய்தித்தாள் கிழிசல்களையும் பின்னால்விட்டு
இடிந்து விழுந்த
காலத்தின் எல்லையின் பின்னால்
அது மறைந்து போகிறது

துன்பமும் காத்திருப்பும் நிறைந்த
பயணப்பெட்டிகளால் சூழப்பட்டு
திரும்பிவரும் ஒரு ஆணையும் பெண்ணையும்
பின்னால் விட்டு
அது மறைந்து போகிறது.

●

அறியப்படாத மனிதனின் கதை

பாதையின் முடிவில், ஆம்
பாதையின் முடிவில் அவன் நின்றான்
ஒரு முந்திரித் தோட்டத்து வெருளிபோல
பாதையின் முடிவில் அவன் நின்றான்
பச்சை வீதி விளக்கெதிர் நிற்பவன் போல
ஒரு பழைய கோர்ட்டை அணிந்துகொண்டு
பாதையின் முடிவில் அவன் நின்றான்.

அவனது பெயர் அறியப்படாத மனிதன்
வெள்ளை மாளிகைகள் அவன் எதிரே
கதவுகளை அடித்து மூடின
மல்லிகைச் செடிகள் மட்டும்
காதல், வெறுப்பு இரண்டின் நிழலும் படிந்த
அவனது முகத்தை விரும்பின

அவனது பெயர்:
அறிப்படாத மனிதன்
அவனது தேசம்:
நாசப் பூச்சிகள், துயரம் என்பனவற்றின்
சுமையின் கீழ் நசுங்கிக் கிடந்தது

ஒரு நாள் அவனது குரல்
வெள்ளை மாளிகைகளின் சதுக்கத்தில் ஒலித்தது
ஆண்கள், பெண்கள், பிள்ளைகள் எல்லாம்
வெள்ளை மாளிகைகளின் சதுக்கத்தில் கூடினர்
அவன் தன் பழைய கோர்ட்டை
எரிப்பதைக் கண்டனர்
(அவனிடம் ஒரு பழைய கோர்ட் இருந்தது)

வானம் ஒரு பச்சை முகிலால்
வீங்கித் தடித்தது
ஒரு வெள்ளை முகிலால்
ஒரு கறுப்பு முகிலால்
ஒரு சிகப்பு முகிலால்
நிறமற்ற ஓர் அபூர்வ முகிலால்
வானம் வீங்கித் தடித்தது.

அன்று
வானம் மின்னி முழங்கிற்று
மழை பொழிந்தது
மழை பொழிந்தது
அவனது பெயர் அறியப்படாத மனிதன்
மல்லிகைச் செடிகள் மட்டும்
காதல், வெறுப்பு இரண்டின் நிழலும் படிந்த
அவனது முகத்தை விரும்பின
வெள்ளை மாளிகைகளும்
இப்போது அவனை விரும்பின.

●

வவ்வால்கள்

என் ஜன்னலில் வவ்வால்கள்
என் வார்த்தைகளை உறிஞ்சுகின்றன
என் வீட்டு வாயிலில் வவ்வால்கள்
பத்திரிகைகளின் பின்னால், மூலைகளில்
என் தலையின் ஒவ்வொரு அசைவையும் கண்காணித்தவாறு
என் காலடிகளைத் தொடர்கின்றன

கதிரையின் பின்னால் இருந்து
வவ்வால்கள் என்னைக் கண்காணிக்கின்றன
புத்தகங்களில், இளம் பெண்களின் கால்களில்
என் கண்கள் தரிப்பதைக் கவனித்தவாறு
பாதைகளில் என்னைப் பின்தொடர்கின்றன
அவை கண்காணிக்கின்றன
தொடர்ந்தும் கண்காணிக்கின்றன.

என் அயலவரின் மாடியில் வவ்வால்கள்
சுவர்களில் இலத்திரன் கருவிகள்
மறைத்து வைக்கப்பட்டுள்ளன
இப்போது வவ்வால்கள்
தற்கொலை செய்யும் நிலையில் உள்ளன

நான் பகல் ஒளியை நோக்கி
ஒரு பாதையைக் கிண்டுகிறேன்.

●

தளபதியின் சொத்து
(ஏரியல் ஷரோனுக்கு)

தளபதியின் மேசையில் ஒரு பூச்சாடி
அந்தச் சாடியில் ஐந்து ரோஜாப்பூக்கள்
தளபதியின் டாங்கிக்கு ஐந்து வாய்கள்
அந்த டாங்கியின் கீழே
ஒரு ஐந்து வயதுச் சிறுவன்
ஒரு ரோஜாப்பூ

ஒரு சிறுவனும் ஐந்து நட்சத்திரங்களும்
தளபதியின் தோளுக்கு அலங்காரம்
அவரது பூச்சாடியில் ஐந்து சிறுவர்களும்
ஒரு ரோஜாவும்
அவரது டாங்கியின் கீழ்
ஐந்து சிறுவர்களும்
ஐந்து ரோஜாப் பூக்களும்
அந்த டாங்கிக்கு எண்ணற்ற வாய்கள்.

●

போதை

பல கடல்கள்
ஆனால் ஒரே ஒரு படகோட்டி
தாயே என்னை ஆசிர்வதி

ஒரே ஒரு பதாகை
அதற்கெதிராகப் பல காற்றுகள்
என் சகோதரி எனக்காக அழு

ஒரே ஒரு உயிர்
ஆனால் பல மரணங்கள்
என் அன்பே
என்னை மறந்துவிடு

●

நான் உன்னைக் குற்றம்சாட்டவில்லை

இந்தப் புயலுக்கு உன் இறக்கைகள் சிறியன
நான் உன்னைக் குற்றம் சாட்டவில்லை
நீ நல்லவள்
அச்சமுற்றுள்ளாய்
மேலும் நான்தான் சூறாவளி
புயலில் போராடும் ஒரு இயற்கையாக இருந்து
பழக்கம் எனக்கு
பின்னர் நானே புயலாக மாறினேன்
வெளிச்சம் அற்ற
நிழல்களற்ற
அல்லது புத்திசாதுரியமான
ஒரு மொழியற்ற புயலாக மாறினேன்

இப்போது நான் ஒப்புக் கொள்கிறேன்
நான் ஓர் இழந்த உலகத்தைச் சுற்றும்
ஓர் இழந்த கோள் என்பதை

நான் உன்னைக் குற்றம் சாட்டவில்லை
ஒரு சிறு பூண்டுக்குப் புயலோடு என்ன வேலை?

●

போரின் புதல்வர்கள்

அவனது திருமண இரவில்
அவர்கள் அவனைப்
போருக்கு இட்டுச் சென்றனர்

கடினமான ஐந்து வருடங்கள்

சிகப்புத் தள்ளுவண்டி ஒன்றில் படுத்தவாறு
ஒரு நாள் அவன் நாடு திரும்பினான்
அவனது மூன்று புதல்வர்கள்
அவனைத் துறைமுகத்தில் சந்தித்தனர்.

சுவர்க் கடிகாரம்

எனது நகரம் எதிரியிடம் வீழ்ந்தது
எனினும் கடிகாரம் இன்னும்
சுவரில் ஓடிக்கொண்டிருந்தது

எனது சுற்றாடல் வீழ்ந்தது
எனது பாதையும் வீழ்ந்தது
எனினும் கடிகாரம் இன்னும்
சுவரில் ஓடிக்கொண்டே இருந்தது

எனது வீடும் வீழ்ந்து நொறுங்கிற்று
எனினும் கடிகாரம் இன்னும்
சுவரில் ஓடிக்கொண்டே இருந்தது

பின்னர் சுவரும் வீழ்ந்தது
ஆயினும் கடிகாரம் தொடர்ந்தும்
டிக் டிக் என்று ஓடிக்கொண்டே இருந்தது.

வங்குறோட்டானவனின் அறிக்கை

என் பாண் துண்டை நான் இழக்க நேரிடினும்
என் சட்டையையும் கட்டிலையும் விலைகூற நேர்ந்தாலும்
கல்வெட்டியோ சுமை காவியோ
தெருக் கூட்டியோ நான் பிழைக்க நேரினும்
உன் பண்டசாலையைத்
துடைத்து மினுக்க நேரிட்டாலும்
குப்பையைக் கிளறி உணவெடுக்கும்படி வந்தாலும்
பட்டினி கிடந்து அழுந்த நேரினும்
மனிதனின் எதிரியே
நான் விட்டுக்கொடுக்க மாட்டேன்
இறுதிவரை போராடுவேன்.

என் காணியின் கடைசித் துண்டையும் பறித்தெடு
என் இளமையைச் சிறைக் கூண்டினுள்ளே புதைத்திடு
என் முதுசொத்தைக் கொள்ளையடி
என் நூல்களை எரித்திடு
என் கோப்பைகளில் உன் நாய்களுக்கு இரைபோடு
போ, என் ஊரிலுள்ள கூரைகள் மீது
உன் பயங்கர வலைகளை விரித்திடு
மனிதனின் எதிரியே
நான் விட்டுக்கொடுக்க மாட்டேன்
இறுதிவரை போராடுவேன்

என் கண்ணெதிரே
நீ எல்லா விளக்குகளையும் ஊதி அணைத்தாலும்
உதடுகளின் முத்தங்கள் அனைத்தையும்
உறைவித்தாலும்
என் நாட்டின் காற்றினைச்
சாபங்களால் நிறைத்தாலும்

என் ஓலமிடும் குரல்வளையை
அமுக்கி ஒடுக்கினாலும்
என் காசுகள்போல் பொய்க்காசு தயாரித்தாலும்
என் பிள்ளைகளின் முகத்து முறுவலைப்
பிடுங்கி எடுத்தாலும்
இகழ்ச்சி ஆணி கொண்டு
என் விழிகளில் அறைந்தாலும்
மனிதனின் எதிரியே
நான் விட்டுக் கொடுக்க மாட்டேன்
இறுதிவரை போராடுவேன்.

மனிதனின் எதிரியே
துறைமுகங்களில் சைகைகள் உயர்த்தப்பட்டுவிட்டன
காற்றெங்கும் அழைப்புகள் நிரம்பிவிட்டன
எங்கெங்கும் அவை தெரிகின்றன
அடிவானத்திலே கப்பற் பாய்களைக் காண்கிறேன்
முயன்று, இடர் மீறி, இழப்புக் கடல்களினின்றும்
யுலிசசின் கப்பல்கள் மீண்டு வருகின்றன
பொழுது புலர்கிறது மனிதன் முன்னேறுகிறான்
அவன் பொருட்டாக நான் சத்தியம் பண்ணுவேன்
நான் விட்டுக் கொடுக்க மாட்டேன்
இறுதிவரை போராடுவேன்
போராடுவேன்.

●

சத்தியம்

ஒன்று
இரண்டு
மூன்று
முன்னேறு
முன்னேறு

இந்தக் கரிய யுகத்தின்
காமப் பலிபீடங்களில்
அடாவடித் தெய்வங்களுக்கு விடப்பட்ட
பலிக்கடாவே
ஒன்று
இரண்டு
மூன்று
கைகள் கோர்த்தபடி
இருவருமாகப்
பைசாசப் பாதைகள் கடக்கிறோம்
தந்தையே, தங்கள் கண்கள் இன்னும் ஒளிர்கின்றன
தங்கள் கால்கள் நிலத்தில் உறுதியாய் உள்ளன

செல்க
மனிதனின் நெடிய உழல்விலே
ஈடிலாத் துயர்களை எடுத்து வீசுக
எமது புதிய விடியல்களை
நாம் படைத்திடுவோம்

வீசிய அம்புகள் விழிகளைத் தோண்டின
ஆயினும், தந்தையே
நான் உங்கள் விடிவிளக்கு
விசுவாச நெய்யூற்றி

முடியாத ஒளியதனைத்
தங்கள் கைகளில் நிரப்புகிறேன்

கொள்ளையர்கள் கவர்ந்தவற்றை
நான் மீட்டுத் தருவேன்
இது சத்தியம்
கடவுளாணை, மனிதனாணை
இது சத்தியம்

ஒன்று
இரண்டு
மூன்று
முன்னேறு
முன்னேறு
●

சிறையிலிருந்து எழுதும் கடிதம்

அம்மா
நண்பர்கள் என்னைத் தேடி வந்து
கதவிலே தட்டும்போதெல்லாம்
நீ வெம்பிக் கண்ணீர் மல்குவதை
எண்ணி நான் வேதனைப்படுகிறேன்

ஆனால் வாழ்க்கையின் சிறப்பு
என் சிறையிலே பிறக்கிறதென்று
நான் நம்புகிறேன் அம்மா
என்னை இறுதியில் சந்திக்க வருவது
ஒரு குருட்டு வெளவாலாய்
இருக்காதென்றும் நான் நம்புகிறேன்
அது பகலாய்த்தான் இருக்கும்
அது பகலாய்த்தான் இருக்கும்

●

இருபதாம் நூற்றாண்டு

பல நூற்றாண்டுகளின் முன்
வெறுக்கும் பழக்கம் இல்லை எனக்கு
எனினும், கொடிய நாகத்தை நோக்கி
இளைப்பிலா ஈட்டியை நீட்டவேண்டி வந்தது
தீயிடையிருந்து வாளினை இழுத்து
(B) பாலின் புத்திகெட்ட படிமத்தின் எதிரே வீசி
இருபதாம் நூற்றாண்டின்
எலிஜாவாக வேண்டி வந்தது

பல நூற்றாண்டுகளின் முன் எனக்கு
சவக்குழி தோண்டும் பழக்கமே இல்லை
ஆனால், இன்று என் இதயத்திருந்த
பொய்த் தேவுகளைச் சவுக்கினால் அடிக்கிறேன்
இருபதாம் நூற்றாண்டில் என்
மக்களை விற்ற பொய்த் தேவுகளை

பல நூற்றாண்டுகளின் முன் நான்
விருந்தினர் எவரையும் விரட்டியதில்லை
ஆனால், ஒரு நாள் காலை கண்களைத் திறந்தால்
என்னரும் பொருள்கள் எல்லாம் களவுபோயிருந்தன
என்னுயிர்த் தோழன் தூக்கிலே தொங்கினான்

என்னிளம் பிள்ளையின் பிடரி முழுவதும்
இரத்தக் களரி

என் விருந்தினரின் துரோகம் உணர்ந்தேன்
என் கதவடியில் கண்ணிகள் புதைத்தேன்
கூர்வாள் மாட்டினேன்

என் சிறு கத்தியின் எஞ்சிய பகுதிமேல் ஆணையாய்
இருபதாம் நூற்றாண்டில்
இவ்விருந்தினரில் எவரும் என் வீட்டுள்
நுழைந்திடத் தகார் எனும் உறுதியைப் பூண்டேன்

பல நூற்றாண்டுகளின் முன்
நான் ஒரு கவிஞன்
கவிஞன் மட்டுமே
சித்தர்கள் பலரின் மத்தியில் இருந்தேன்
இன்று நான் இந்த இருபதாம் நூற்றாண்டில்
புரட்சி வெடிக்கும் எரிமலை ஆயினேன்

●

றாஃபாச் சிறுவர்கள்

பல லட்சம்பேரின் படுகாயங்களை உழுதுகொண்டு
பாதை கண்டு தோட்டத்து ரோஜாக்களை நசுக்க
டாங்கி விடும் அவனுக்கு

இரவு வேளைகளில் வீட்டு யன்னல்களை உடைத்து
ஒரு வயலையும் நூதன சாலையையும் எரித்து
அதன் சுவாலையைப் பார்த்துப் பாடும் அவனுக்கு

குழந்தையை இழந்த தாய்மாரின் கூந்தலைப் பறித்து
திராட்சைத் தோட்டங்களை அழித்து மிதித்து
நல்லின்ப வானம்பாடியை நகரத்துச் சதுக்கத்திற்
கொலை செய்யும் அவனுக்கு
பிள்ளைமையின் கனவுகளை
நொறுக்கிடும் விமானமுள்ள அவனுக்கு
வானவில்களை ஒடித்திடும் அவனுக்கு
இன்றிரவு
றாஃபாச் சிறுவர்கள் விளம்புகிறோம்:

கூந்தலை நெய்து
படுக்கையில் விரித்தவர்கள் அல்லர் நாம்
கொலையுண்ட மங்கையின் தங்கப்பல்லைப் பிடுங்கி
அவள் முகத்திலே துப்பினோர் அல்லர் நாம்
இனிப்புத் துண்டுகளைப் பறித்துக்கொண்டு
வெடிகுண்டுகளை எமக்கேன் தந்தீர்?
அரபுக் குழந்தைகளை ஏன் அநாதைகள் ஆக்கினீர்?
ஆக்கி, உமக்கேன் நன்றி கூறினீர்?

துயரம் எங்களை ஆடவர் ஆக்கிற்று
நாம் போரிடல் வேண்டும்.

2

வென்றவன் ஒருவனின் துவக்குச் சனியனில்
மின்னும் வெயில்
அம்மணப் பிணமொன்றாய் அவமதிப்புற்றது
குருதி காய்ந்த முகங்களிடை
கோபமுற்ற செபமாலை மணிகள்மீது
மௌனம் இரத்தம் பெருக்கிற்று
சாமுத்திரிகா இலட்சணம் படைத்த வெற்றியாளன்
ஒருவன் உறுக்கினான் : நீ பேசவே மாட்டாயோ?
நல்லது
உனக்கினிமேல் ஊரடங்குச் சட்டம்

பின்வருமாறு...
அலாவுதீன் குரல் வெடித்துப் பிளந்தது:
இரை தேடும் பருந்துகளின் பிறப்பினை

இராணுவ வாகனத்துக்குக் கல்லெறிந்தேன்
துண்டுப் பிரசுரம் விநியோகித்தேன்
சைகை கொடுத்தேன்
கையிலே தூரிகை தாங்கி
கதிரையை அயல் வீட்டுச் சுவரடிக்குக் கொண்டுபோய்
சுலோகங்களை நானே தீட்டினேன்
நானே பிள்ளைகளைக் கூட்டினேன்
வெளியேறிய அகதிகள் மேல் ஆணையாய்
எதிரிகளின் துவக்குச் சனியன்
எம்தெருவில் மின்னுமட்டும்
எதிர்ப்பதென்று சத்தியம் பண்ணினோம்.
அலாவுதீனுக்குப் பத்து வயதும் இருக்காது.

3

அக்கேசியா மரங்கள் நசுக்கப்பட்டன
றாஃபாவில் படலைகள் பூட்டப்பட்டு
கவலையால், அல்லது மெழுகினால்
அல்லது ஊரடங்குச் சட்டத்தால் முத்திரையிடப்பட்டன.

(நள்ளிரவின் பின் மீண்ட, காயம்பட்ட ஒருவனுக்குப் பாணும், காயம் கட்டும் துணிகளும் கொண்டு போகவேண்டியவளாய் அச்சிறுமி இருந்தாள். அவள் ஒரு தெருவைக் கடக்க வேண்டும் அங்கு அந்நியரின்

கண்களும் காற்றும் துப்பாக்கி வாய்களும் உன்னிப்பாய்க் கவனித்துக்
கொண்டிருந்தன).

அக்கேசியா மரங்கள் நசுக்கப்படுகின்றன
ஓர் வெட்டுக்காயம் போல்
றாஃபாவில் வீடொன்றின் கதவு திறந்தது
அவள் பாய்ந்தாள்
மல்லிகைச் செடியொன்றின் மடியிலே விழுந்தாள்
பயங்கரத்தின் பாதையோரம் வந்தாள்
ஈச்சமரம் ஒன்று அவள் புகல் ஆயிற்று
கவனமாய்...
ஒவ்வொர் அடியாய்..
இப்போது பாய்..

ஒரு காவலாள்
விளக்குகளின் பளிச்சீடு
ஓர் இருமல்
யார் நீ?
நில்
ஐந்து துவக்குகள் அவள்முன் நீண்டன
ஐந்து துவக்குகள்

காலையில்
படையெடுப்பாளர் மன்று கூடிற்று
அவளைக் கொணர்ந்தனர்
ஆமினா
ஒரு குற்றவாளி
அவளுக்கு வயது எட்டு.

●

டீங்காய் உடையணிந்த
ஐ.நா. மனிதர் அனைவருக்கும்

எங்கணும் இருந்து வந்த மதிப்புடை மனிசர்காள்
நண்பகலில் டீங்காய்க்
கழுத்தில் இறுக்கிய பட்டிகளும்
கிளர்ச்சியூட்டும் சர்ச்சைகளும்
இன்றைய எமது யுகத்தில் என்ன பயனைத் தரும்?

எங்கணும் இருந்து வந்த மதிப்புடைய பெரியோரே
என் இதயத்திற் பாசி படர்ந்தது
கண்ணாடிச் சுவர்கள் அனைத்திலும் படர்ந்தது
கூட்டங்கள் பலவும்
பேச்சுக்கள் பலப்பலவும்
ஒற்றர்களும்
வேசியர் மொழிகளும்
அரட்டைகளும்
இன்றைய எமது யுகத்தில் என்ன பயனைத் தரும்?

ஓ கனவான்களே
குரங்கின் சந்திரன் எப்படியோ திரும்பட்டும்
நீங்கள் வாருங்கள்
உலகின் பாலங்களை நான் இழந்து வருகிறேன்
என் இரத்தம் மஞ்சள்
உறுதி மொழிச் சகதியுள் என் இதயம் புதையுண்டது

எங்கணும் இருந்து வந்த மதிப்புடைய மாந்தர்காள்
என் வெட்கம் கொள்ளைநோய் ஆகட்டும்
என் துயர் ஒரு பாம்பாகட்டும்

எங்கணும் இருந்து வந்த
மின்னிடுங் கரியதோற் சப்பாத்துகளே
என் சினம் சொல்லில் அடங்காது
இந்த யுகம் கோழையானது
என்னைப் பொறுத்தவரை...
எனக்குக் கைகளில்லை.

●

இஸ்ரேல் யூதன் ஒருவனுக்கும் அராபியன் ஒருவனுக்குமிடையே உரையாடல்

என் பாட்டன் பாட்டியர் அவுஷ்விற்சில் எரிக்கப்பட்டனர்

என் இதயம் அவர்களுடன் உள்ளது. ஆனால்
என் உடலிலிருந்து சங்கிலிகளை நீக்கிவிடு

உன் கைகளில் என்ன?

ஒரு பிடி விதை

சினம் உன் முகத்தைச் சிவக்க வைக்கிறது

அது தான் நிலத்தின் நிறம்

உன் வாளை உருக்கி கலப்பையாய் மாற்று

காணி எதுவும் நீ விட்டுவைக்கவில்லை

நீ ஒரு குற்றவாளி

நான் எவரையும் கொல்லவில்லை
எவரையும் ஒடுக்கவில்லை

நீ ஒரு அராபியன் : நீ ஒரு நாய்

கடவுள் உன்னைக் காப்பாற்றுக
அன்பைச் சுவைத்துப்பார்
ஒளிக்கு வழிவிடு

●

பௌசி அல் அஸ்மார்

Fouzi al Asmar

பௌசி அல் அஸ்மார், புகழ்பெற்ற பலஸ்தீனக் கவிஞர்களுள் ஒருவர். ஹைஃபாவில் 1937இல் பிறந்த இவர் அமெரிக்காவிலும் இங்கிலாந்திலும் உயர்கல்வி பெற்றவர். தன் அனுபவங்களின் அடிப்படையில் இவர் எழுதிய *To be an Arab in Israel* (1975) எட்டு மொழிகளில் மொழிபெயர்க்கப்பட்டுள்ளது. *இஸ்ரேல் சிறையிலிருந்து கவிதைகள்*, *காற்றால் அலைக்கழிக்கப்பட்ட கோரைப் புல்லும் பிற கவிதைகளும்* என்பன இவரது கவிதை நூல்கள். *கொமன்ரறி* என்னும் அமெரிக்க சஞ்சிகையின் 1970 டிசம்பர் இதழில், ஹாவார்ட் பல்கலைக்கழகச் சட்டத்துறைப் பேராசிரியர் அலன் டெர்ஷோவிற்ஸ் என்பவர் அஸ்மார் பற்றி பின்வருமாறு எழுதினார். ‘இக்கவிஞர் 31 வயதுடைய இஸ்ரேல் அரபுப் பிரஜை. இவர் தனது சொந்த இடமான டிட்டாவிலிருந்து கவிதை எழுதி வந்தார். இப்பொழுது டெமொன் சிறைச்சாலையிலிருந்து கவிதை எழுதுகிறார். நான் சிறைக் கைதிகள் மத்தியில் பௌசியைப் பற்றி விசாரித்தேன். கட்டு மாஸ்தான, வசீகரப் புன்னகையுடன் கூடிய ஓர் உயர்ந்த மனிதர் முன்வந்தார். வயதுக்கு மீறிய முதிர்ச்சியைக் காட்டும் பௌசியின் தோற்றத்தில் தன்னம்பிக்கை, உறுதி, நேர்மை ஆகியவை மணம் வீசின. நான் அவரைக் கவனித்ததில் இருந்தும், மற்றச் சிறைக் கைதிகளுடன் அவர் பழகிய முறையிலிருந்தும் பௌசி அல் அஸ்மார் ஒரு தலைவன் என்று என்னால் உறுதியாகக் கூற முடியும். நீங்கள் ஏன் தடுப்புக் காவலில் வைக்கப்பட்டுள்ளீர்கள் என்று நான் பௌசியிடம் கேட்டேன். அவர் என் கண்களை உற்றுப் பார்த்துக் கொண்டு கூறினார். ஏனெனில் நான் ஓர் அராபியன் என்று. அவரது இக்கூற்று அவர் 1970 செப்டம்பர் மாதம் சிறையிலிருக்கும் போது எழுதிய ஏனெனில் நான் ஓர் அராபியன் என்ற கவிதையில் இடம் பெற்றுள்ளது’.

ஒரு யூத நண்பனுக்கு

சாத்திய மற்றதை
என்னிடம் கேளாதே

நட்சத்திரங்களைக் கொண்டுவரும்படி
சூரியனிடம் நடந்து செல்லும்படி
என்னிடம் கேளாதே
கடலை வற்றவைக்கும்படி
பகலொளியைத் துடைத்துவிடும்படி
என்னைக் கேளாதே

எனது கண்களை
எனது காதலை
எனது இளமை நினைவுகளை
அழித்துவிடும்படி என்னைக் கேளாதே
நான் ஒரு வெறும் மனிதன்
ஓர் ஒலிவ மரத்தின் கீழ்
நான் வளர்ந்தேன்
எனது தோட்டத்துக் கனிகளை
நான் புசித்தேன்
திராட்சை வனங்களில்
வைனை நான் குடித்தேன்
பள்ளத் தாக்குகளில்
கள்ளிப் பழங்களை
அதிகம் அதிகம் நான் ருசிபார்த்தேன்

எனது செவிகளில்
வானம்பாடிகள் பாடல் இசைத்தன

நகரங்களிலும் வயல்வெளிகளிலும்
வீசிச் சென்ற சுதந்திரக் காற்று
எப்போதும் என்னைச் சிலிர்ப்படையவைத்தது

எனது நண்பனே
எனது சொந்த நாட்டினைவிட்டுப்
போகுமாறு
நீ என்னைக் கேட்கமுடியாது.

●

ஏனெனில் நான் ஓர் அராபியன்

நான் தடுப்புக் காவலில் இருக்கிறேன்
ஐயா, அதற்குக் காரணம்
நான் ஓர் அராபியன் என்பதே
தன் ஆன்மாவை விற்க மறுத்த
ஓர் அராபியன்

விடுதலைக்காக எப்போதும் முயன்ற
ஓர் அராபியன்
தனது மக்களின் துயர்களை
எதிர்த்து நின்ற ஓர் அராபியன்
நீதியான சமாதானத்தில் நம்பிக்கை கொண்டவன்
ஒவ்வொரு மூலையிலும் மரணத்தை எதிர்த்துப் பேசியவன்
ஒரு சகோதரத்துவ வாழ்வைக் கோரி அதற்காக வாழ்ந்தவன்

ஆகவேதான்
நான் தடுப்புக் காவலில் இருக்கிறேன்
ஏனெனில்
நான் போராடத் துணிந்தவன்
இன்னும் ஏனெனில்
நான் ஓர் அராபியன்.

●

அந்தொய்னே ஜபாறா

Antoine Jbara

அந்தொய்னே ஜபாறா பற்றிய விபரங்கள் கிடைக்க வில்லை. பலஸ்தீன விடுதலை இயக்கத்தின் தலைவர் யசிர் அறஃபாத் ஐ.நா, சபையில் முதல் முறை பேசியபோது (1988) இன்று நான் ஒரு ஒலிவம் கிளையையும் விடுதலைப் போராளியின் துப்பாக்கியையும் ஏந்திவந்துள்ளேன். ஒலிவம் கிளை என் கையிலிருந்து விழுமாறு செய்யாதீர்கள் எனக் கூறினார். அந்தொய்னே ஜபாறாவின் இக்கவிதை அப்பேச்சின் தூண்டுதலினால் பிறந்ததாகும்.

சமாதான நதியும் போர்த் துப்பாக்கிகளும்
ஐக்கிய நாடுகள் சபைக்கு பலஸ்தீனர்களின் முறையீடு

உள்ளங்கைகளில் புறாக்களை ஏந்தி
இன்று நாங்கள் உம்மிடம் வந்துளோம்
துயில் கலைந்து எழுந்த எங்கள் நாடு
பலஸ்தீனத்துடன் நாங்கள் வந்துளோம்

இருபது ஆண்டுகள் நாம் காத்திருந்தோம்
பெற்றவை யெல்லாம் வார்த்தைகள் மட்டுமே
வெற்று வார்த்தைகள் மட்டுமே பெற்றோம்

எங்கள் காயங்கள் வலிதருகின்றன
எங்கள் எலும்புகள் நொருக்கப்பட்டன
ஆயினும்
நாங்கள் உமக்கு நல்கிட வந்துளோம்
ஈராக் நாட்டு ரோஜாப் பூக்களும்
டமஸ்கஸ் நகர நறிய மலர்களும்
வானம் பாடியின் இன்னிசைப் பாடலும்
சின்னக் குருவியின் பிரார்த்தனைக் கீதமும்
காதல் இரவுகள் அனைத்தும் கூட
நாங்கள் உமக்கு நல்கிட வந்துளோம்

ஆண்டாண்டு காலமாய் அடித்து நொறுக்கிச்
சிதறப்பட்ட மக்களாய் வாழ்ந்தோம்
பெருந்தன்மையும் வீரமும் மிக்க
மக்களே நாங்கள்
அனைத்துக் காதலும் பெறுவதற்குரிய
அருகதை முழுமையாய் உடையவர் நாங்கள்

நட்புடன் வாழ நாங்கள் செய்யும்
கடைசி முயற்சி இதுவேயாகும்
கையில் நாம் தாங்கிய ஒலிவம் கிளையினை
நிலத்தில் வீச நிர்ப்பந்திக்காதீர்

ஒருபுது ஒழுக்கம் உருவாக்குமாறு
உலகிடம் நாங்கள் விண்ணப்பம் செய்கிறோம்
மணல் மேடுகளிலும் மலைகளின் மீதும்
நாங்கள் வாழ்ந்தவர் என்பதை மறப்பீர்
மணல்களை நாங்கள் போற்றினால் என்ன?
மரங்களை நாங்கள் மதித்தால் என்ன?
பிரகாசமான நட்சத்திரங்களை
எனது சகோதரி கழுவினால் என்ன?

எனது பாட்டி திறந்த கண்களால்
வெறித்துப் பார்ப்பதைக் காணும் நிலைமை
எனக்கேன் வருவான்?
வானத்தை நோக்கி நிர்வாணமாக
எனது தாயின் சடலம் கிடப்பதைக்
காணும் நிலைமை எனக்கேன் வருவான்?
காட்டு வழிகளில் தீர்க்கதரிசிகள்
சஞ்சாரம் செய்ததை நாங்கள் பார்த்துளோம்
எனது பூமியின் புனித வழிகளில்
ஒளிரும் தாரகை தடம்பதித் துள்ளன

அநீதியால் துயருறும் எமது மக்கள்
காதலின் நட்பின் கீதமே யாவர்
எல்லா நாட்டு மக்களிடத்தும்
அவர்கள் அன்புக் கரம் இதோ நீட்டினர்
அந்தக் கரங்களை வெட்டி விடாதீர்

உடைந்து நொறுங்கிய உள்ளத் துயருடன்
உலகில் உள்ள நாடுகளிடத்தில்
முன்பும் நாங்கள் முறையீடு செய்தோம்

ஆயின் நாங்கள் அவர்களின் திறந்த
கதவின் வெளியிலே தள்ளப்பட்டோம்
உம் மனச்சாட்சி அசையவே இல்லை
கசக்கிப் பிழியும் அகதி வாழ்க்கை
சுமையாய் எம்மில் சுமத்தப்பட்டது
நாடுகளெல்லாம் ஒன்றன்பின் ஒன்றாய்

திறந்த கரங்களால் வரவேற்கப்பட்டன
ஆயின் நாங்களோ ஒதுக்கப்பட்டோம்

எமது இளைஞரின் எமது பெண்களின்
எமது சிறார்களின் வேண்டுதல் எல்லாம்
உமது நெஞ்சினை உலுப்பவே இல்லை

பிறகு வந்தது எம் போராட்டம்
தியாகங்களும் போர்களும் நிகழ்ந்தன
கொல்லப்பட்டோம் காயமடைந்தோம்
முறையீடுகள் மிகமிகக் குறைந்தன.
எங்கள் கண்ணீரை நாங்கள் நிறுத்தினோம்.

துப்பாக்கி முழக்கம் சொற்களை விடவும்
உரத்துப் பேசின
நீதிகோரும் எமது மக்களைத்
தடுத்திட வேண்டாம்
எமது புண்களைக் கிளறிடவேண்டாம்

ஓநாய்களாக வேட்டைப் பறவையாய்
ஒவ்வொரு நாளும் பலியிடப்படுகிற
ஆட்டுக் கடாக்களாய்
கணிக்கப் படுவதை நாங்கள் வெறுக்கிறோம்

பயங்கர நிலைமை முடிந்திட வேண்டும்
எமது புண்ணிய பூமியின் ஊடாய்
சமாதான நதி பெருகிடவேண்டும்
என்பதே எமது பிரார்த்தனையாகும்

நீதியும் சமாதானமும்
புதியதான ஓர் சிந்தனைப் பாதையும்
இவையே எமது வேண்டுதலாகும்

இனக்கொலை புரிந்து கரங்கள் தறித்த
கடந்த கால அச்சுறுத்தல்கள்
எதையுமே இங்கு உருவாக்கவில்லை

துப்பாக்கி முழக்கமும்
யுத்த பேரிகையும் தவிர
எதையுமே இங்கு உருவாக்கவில்லை

●

மய் சயிஹ்
Mai Sayigh

மய் சயிஹ், முக்கியமான பலஸ்தீனப் பெண் கவிஞர்களுள் ஒருவர். 1940இல் காசாவில் பிறந்தார். கைரோ பல்கலைக் கழகத்தில் சமூக வியலில் பட்டம் பெற்றவர். பலஸ்தீன விடுதலைப் போராட்டத்தில், குறிப்பாகப் பெண்விடுதலை இயக்கங்களில் தீவிரமாக ஈடுபட்டவர். பலஸ்தீனப் பெண்கள் சங்கத்தின் தலைவியாகப் பணிபுரிந்தவர். இவரது மூன்று கவிதைத்தொகுதிகள் வெளிவந்துள்ளன.

இம் அலிக்கு ஒரு இரங்கற் பா

போய்விடாதே!
தொலை தூரங்களுக்கு இடையே
நீ எமது நெருப்பை மூட்டிவிடுகிறாய்
குதூகலத்தைக் கொண்டுவருகிறய்
எமது கனவுகளைத் தூண்டிவிடுகிறாய்
விட்டு விலகுவது ஒருபோதும் உனது இயல்பல்ல
நீ எப்போதும் வந்துசேரக்கூடியவளாகவே இருந்தாய்
இப்போது குண்டுவீச்சினால்
பூ விற்போர் தங்கள் கடைகளை மூடுகின்றனர்
இருள் விலகிச்செல்லத் தயாராகின்றது
நீ நேசித்த இந்த நகரம்
வரலாற்றால், இரும்பால், கோபத்தால்
நிறைந்த இந்த நகரம்
தன் குதூகலத்தை மனச்சோர்வுடன் சேர்த்துப் பின்னுகிறது
மறதியின் இருளில் வீழ்ந்துவிடுமோ என அச்சுறுத்துகிறது
புதிதாய்ப் பிறந்த தன் உதயத்தின்மீது நடுங்கிக் குளிர்காய்கிறது
நம்பிக்கைதரும் அந்த இடைவெளியில்
நட்சத்திரங்களை விதைக்கிறது
பாடல்களில் தன் கண்ணீரை மறைக்கிறது
    நீ எப்படி எங்களைவிட்டுப் போகமுடியும்
    ஒரு பிரியாவிடையும் இல்லாது?
எப்போதும் உன் கண்ணீரை அடக்கியவள் நீ
உன்னிடமிருந்தே துளசி எவ்வாறு வளர்கிறது என்பதைக் கற்றேன்
உன் கைகளில் ஓய்வுபெற

வானம் எவ்வாறு இறங்கிவருகிறது என்பதைக் கற்றேன்
அதன் நெற்றியிலிருந்து நீ துன்பத்தைத் துடைத்தாய்
இதயம் எவ்வாறு ஒரு எரியும் நிலக்கரியாய்,
மலராய் இருக்கமுடியும் என்பதை உன்னிடம் கற்றேன்
இப்போது உன் பெரு மரணத்தின் பெருமை
புண்களைத் திறந்துவிட்டிருக்கிறது
மரங்கள்கூட இரத்தம் சிந்துகின்றன
கவிதைகளும்தான்.

●

(இம் அலி கொலைசெய்யப்பட்ட ஒரு பலஸ்தீனப் பெண் போராளி)

முற்றுகை இடப்பட்ட பெய்ரூத்

என் மகனுக்கு எழுதும் கடைசிக் கடிதம்

மகனே,
இந்த யுத்தம் இதயங்களை நொறுக்குகிறது
உயிர்களைத் திருடிச் செல்கிறது
நட்சத்திரங்களை அவற்றின் பயணப் பாதையில்
தடுத்து நிறுத்துகிறது
பகலை அணைத்துவிடுகிறது
இந்த முற்றுகைக்குச் சாட்சியாய் இருக்குமாறு
நான் உன்னை இறைஞ்சுகிறேன்

மகனே,
பெய்ரூத், நெருப்பில் கிடக்கும் அந்தக் கோட்டை,
நெருப்பின் தீண்டலுக்குப் பணிந்துவிடாது
அது ஒரு கள்ளி மலர்போல் வாழ்கிறது
அதன் காயங்களிலிருந்து மாதுளைமலர்கள் மலர்கின்றன
பறவைகள் புதிய கூடுகளைக் கட்டுகின்றன

மகனே, நெருப்பு நம் எழுச்சியை ஆசீர்வதிக்கிறது
விரைவில் ஒரு நாள் நீ எழும்போது இரங்கத்தக்க என் முகம்
சுவரொட்டியில் இருப்பதை நீ காணக்கூடும்
ஆனால் உன் துப்பாக்கியிலிருந்து பறக்கும்
ஒரு சிவப்புச் சன்னம் மீண்டும் நம்மை இணைப்பதற்காக
இந்தப் புதைகுழியில் நான் காத்திருப்பேன்

உன் கைகள் தாமதித்தால்
அல்லது நீ அவற்றை விதியிடம் வீசினால்
நான் உன்னை மன்னிக்கமாட்டேன்

மகனே, கவனமாயிரு,
பாசாங்குக்கார நடிகர்கள் அனேகர் உளர்
சமரசம் செய்யவும் எச்சரிக்கவும்.
ஆனால் நீயோ அபாயம், காற்று, மழைக்குரியவன்
நீரூற்றினாலும் தியாகிகளாலும் வானத்தை நிறைப்பவன்
நமது கொடிய இரவின் மீது சந்திரன் எழும்
மகனே கவனமாயிரு

யுத்தம் இதயத்தை விழுங்குகிறது
என் கைகளிலிருந்து வாழ்வைப் பிடுங்குகிறது
நட்சத்திரங்களை அவற்றின் பயணப் பாதையில்
தடுத்து நிறுத்துகிறது
பகலை அணைத்துவிடுகிறது
மகனே எதிர்த்து நில், சாட்சியாய் இரு
உன் சகோதரர்களுடன் இணைந்துகொள்
முற்றுகையை எதிர்த்து நில்
மகனே தயவுசெய்து!

●

ஃபவாஸ் துர்க்கி
Fawas Turki

ஃபவாஸ் துர்க்கி, 1940இல் ஹைபாவில் பிறந்தார். நியூயோர்க் ஸ்ரேற் பல்கலைக்கழகத்தில் பேராசிரியராகப் பணியாற்றிய இவர் பலஸ்தீனப் பிரச்சினையில் அதிக அக்கறை கொண்டவர். ஆங்கிலத்தில் எழுதும் இவரது பல நூல்கள் வெளிவந்துள்ளன. The Disinherited: Journey of a Palestinian Exile (1972), Soul in Exile (1988)என்பன இவரது வாழ்க்கை வரலாற்று நூல்கள்.

விதை காவலர்

எங்கள் நிலத்தை எரி
எங்கள் கனவை எரி
எங்கள் பாடல்களில் அமிலத்தை ஊற்று
படுகொலைசெய்த எங்கள் மக்களின் இரத்தத்தை
மரத்தூளால் மூடு
சிறையிடப்பட்ட எம் தேசபக்தர்களின் அவலக் குரலை
உன் தொழில்நுட்பத்தால் மூடிமறை
அழி
எங்கள் புல்லையும் மண்ணையும்
அழி
எமது மூதாதையர் கட்டிய
பண்ணைகளையும் கிராமங்களையும்
மண்ணோடு மண்ணாக்கு
எல்லா நகரங்களையும் பட்டினங்களையும்
எல்லா மரங்களையும் வீடுகளையும்
எல்லா நூல்களையும் சட்டங்களையும் அழித்துவிடு
எல்லாப் பள்ளத்தாக்குகளையும்
உன் குண்டுகளால் சிதறடி
எமது கடந்த காலத்தை
எமது இலக்கியத்தை
எமது உருவகத்தை
உனது ஆணைகளால் அழித்துவிடு
ஒரு பூச்சிபுழுவும்
ஒரு சொல்லும்

ஒழித்திருக்க இடமற்றுப்போகும்வரை
காடுகளையும் பூமியையும் கிண்டி அகற்று
இன்னும் எதுவெல்லாம் முடியுமோ
அதையெல்லாம் செய்
உன் பயங்கரங்களுக்கு நான் அஞ்சேன்
என் மூதாதையர் சேமித்த
ஒரு மரத்தின்
ஒரு விதையை நான் பாதுகாப்பேன்
என் தாயகத்தில்
அதை நான் மீண்டும் நடுவேன்

●

கலிலீயில் மாலைப்பொழுது

கலிலீயில் சூரிய அஸ்தமனம்
நிறங்களின் ஒரு பெருவிருந்து,
நம் மேற்குக்கரைத் தொடுவானில்
ஒரு மௌன உற்சவம்,
வானில் மினுங்கும்
வெளிர்நிற வெள்ளிகள்
துன்பத்தின் காமத் திராட்சைகள்போல்
உடலும் ஆன்மாவுமாய்
ஒன்றை ஒன்று தழுவ விரையும்
காற்றும்
நரம்பிசைக் கருவியின் ஏக்க இசையும்
நம் பண்டைய நதியின் மேற்குக்கரையில்
ஒலிகளின் ஓர் அரங்கம்
வனப்புமிகு ஆனந்தமாய்
கலிலீயில்
மாலை மலரும்

இராணுவ ஆளுனர்
தன் விருந்தினர்குச் சொல்கிறார்:
என் ஆணையின்படிதான்
இவையெல்லாம் நிகழ்கின்றன
எனது ராணுவ வீரர்கள் தம் துப்பாக்கியால்
அதை நிகழ்விக்கின்றனர்
•

யகோவ் இவத்தைத் தேடி

யகோவ் இவத் ஒரு இஸ்ரேலியர்
கோடையில் எப்போதும்
யகோவ் இவத் மவுன்ற் காமல் பூங்காவில்
பாறைகளில் உட்கார்ந்திருப்பார்
யகோவ் இவத் துறைமுகத்தை,
படகுகளை,
தொடுவானில் சூரிய அஸ்தமனத்தின் நிறங்களை
மிகவும் நேசித்தார்
யகோவ் இவத் பாறைகளில் அமர்ந்திருப்பதைப்
பார்க்கும்போதெல்லாம்
பூங்காவில் அவரைக் கடந்து போகும்போதெல்லாம்
நான் எப்போதும் சொல்வேன்:
ஸலாம் யகோவ்
யகோவ் இவத் எப்போதும்
தன் இரு கைகளையும் அசைத்துச் சொல்வார்:
ஷலொம் ஷாயர்
யகோவ் இவத் என்னைப் போன்றவர்தான்
கத்தியால் குத்தப்பட்ட எல்லாக் கனவுகளையும்
அவருக்குத் தெரியும்
இப்போது தங்கள் கடவுளருடன் இருக்கும்
இறந்தவர்கள் எல்லாரையும் அவருக்குத் தெரியும்
யகோவ் இவத்தும் நானும்
அமர்ந்து இதுபற்றிப் பேசுவோம்
துறைமுகத்தைப் பார்த்திருப்போம்
சிலவேளை யகோவ் இவத்

துறையோரம் மூழ்கிய படிமங்களுக்காக
நான் தூண்டில்போட்டுக்கொண்டிருப்பதைப் பார்ப்பார்
யகோவ் இவத் சொல்வார்:
ஸலாம் ஷாயர்
நான் சோல்வேன்:
ஷலொம் யகோவ்
யகோவ் என்னைப்போன்றவர்
தனித்த பயணிகள் எல்லாரையும் அவருக்குத் தெரியும்
தங்கள் கப்பல்கள் கடலில் தொலைந்துபோய்
ஒருபோதும் திரும்பிவராதவர் எல்லாரையும்
அவருக்குத் தெரியும்
யகோவ் இவத் எங்கிருக்கிறார் என்று
இப்போது எனக்குத் தெரியாது
அவரை எங்கு கண்டுபிடிக்கலாம் என்றும்
எனக்குத் தெரியாது
அந்தப் பெயருடைய யாரையும்
எனக்கு முன்பின் தெரியாது
ஆயினும் இந்தக் கவிதை அவருக்கே

●

சலீம் ஜுப்றான்

Salem Jubran

கலிலீயில் 1941 பிறந்த சலீம் ஜுப்றான், ஹைபா பல்கலைக் கழகத்தில் ஆங்கில இலக்கியமும் மத்திய கிழக்கு வரலாறும் கற்றுப் பட்டம் பெற்றார். 1962இல் இஸ்ரேல் கம்யூனிஸ்ட் கட்சியில் இணைந்து கட்சியின் அரபுச் சஞ்சிகையான *அல்இத்திஹாத்தில்* பணிபுரிந்தார். *அல் (g) காத்* என்ற சஞ்சிகையின் ஆசிரியராகவும் செயற்பட்டார். *இதயத்திலிருந்து சொற்கள்* (1971), *வீட்டுக்காவலில் இல்லாத கவிதைகள்* (1972), *சூரியனின் தோழர்கள்* (1975) ஆகிய கவிதைத் தொகுதிகள் வெளிவந்துள்ளன.

துரத்தப்பட்டவன்

எல்லையைக் கடந்து சூரியன் நடக்கும்
துப்பாக்கிகள் மௌனமாய் இருக்கும்
துல்கரம்மில் ஓர் வானம்பாடி தன்
காலைப் பாடலைப் பாடத் தொடங்கும்
பின்னர் எழுந்து
கிப்புற்ஸ் நகரப் பறவைகளோடு
விருந்து உண்ணப் பறந்து செல்லும்
தனித்த ஓர் கழுதை
யுத்தம் நிகழும் எல்லையின் குறுக்கே
ஆறுதலாக நடந்து செல்லும்
காவல் வீரர் கவனியா திருப்பர்.

ஆனால் எனக்கோ
என் தாய் நாடே
துரத்தப்பட்ட உன் மகனுக்கோ
உன் வானத்துக்கும்
என் கண்களுக்கும் இடையே
எல்லைச் சுவர்களின் பெருந் தொடர் இருந்து
காட்சியை மறைக்கும்.

●

தூக்கில் தொங்கும் ஓர் அராபியன்

தூக்கில் தொங்கும் இந்த அராபியன்
சிறுவர்கள் வாங்கி விளையாடத் தக்க
மிக மிக அழகிய விளையாட்டுப் பொம்மை

ஓ நாசி முகாம்களில்
இறந்தோரின் ஆன்மாக்களே
தொங்கும் இம்மனிதன்
பெர்லினில் பிறந்த ஓர் யூதன் அல்ல

தொங்கும் இம்மனிதன்
என்போல் ஓர் அராபியன்
உங்கள் சகோதரர்கள் அவனைக் கொன்றனர்
சியோனில் வாழும்...
உங்கள் நாசி நண்பர்கள்.

மழையின் பாடகன்

சந்திரனைத் தழுவிக்கொண்டிருக்கும்
என் கிராமத்து மலையிலிருந்து
நீ மரங்களைப் பிடுங்கி எறியலாம்
சுவர்கள் இருந்த அடையாளம் தெரியாமல்
என் கிராமத்து வீடுகளை
நீ உழுதுவிடலாம்.

என் இசைக் கருவியை
நீ பறிமுதல் செய்யலாம்
அதன் தந்திகளைப் பிய்த்தெறிந்து
அதன் சட்டகத்தைத்
தீயில் எரிக்கலாம்.

ஆனால்
என் இசையின் மூச்சை
உன்னால் திணறடிக்க முடியாது.

ஏனெனில்
நான் பூமியின் நேசன்
காற்றின் பாடகன்
மழையின் பாடகன்

●

மஹ்மூத் தர்வீஷ்
Mahmoud Darwish

மஹ்மூத் தர்வீஷ் (1941-2008) பலஸ்தீனத்தில் அக்றே என்ற நகருக்குக் கிழக்கேயுள்ள பெர்வா என்ற கிராமத்தில் 1941இல் பிறந்தார். 1948இல் அக்கிராமம் ஏனைய கிராமங்களைப் போலவே இஸ்ரேலர்களால் முற்றாக அழிக்கப்பட்டது. தர்வீஷ் பெற்றோருடன் லெபனானுக்குக் குடிபெயர்ந்தார். ஒரு வருடம் கழித்து அவர்கள் கலிலீயில் குடியேறினர். தர்வீஷின் பாடசாலைக் கல்வி ஒழுங்கற்றது. 1971இல் இவர் இஸ்ரேலை விட்டு வெளியேறி கெய்ரோவில் வாழ்ந்தார். 1972 முதல் இவர் பெய்ரூத்தில் வாழ்ந்து வந்தார். பலஸ்தீன விடுதலை இயக்கத்தின் ஆராய்ச்சி நிலைய இயக்குநராக பல ஆண்டுகள் பணி யாற்றிள்ளார். அரபு நாடுகளிலும் பிறநாடுகளிலும் இவர் அதிகம் பயணம் செய்துள்ளார். ஜனரஞ்சக இசைக் கலைஞர்களுக்கு நிகரான ஒரு பிரபலம் இவருக்கு இருந்ததாகக் கூறப்படுகிறது. இவரது கவிதை வாசிப்பு நிகழ்ச்சிகளில் ஆயிரக்கணக் கானோர் கலந்துகொண்டனர். இன்றையப் பலஸ்தீனக் கவிஞர்கள் மத்தியில் தர்வீஷே அதிக பிரபலம் பெற்றவர்.

இவரது முதல் கவிதைத் தொகுதியான *சிறகிழந்த பறவைகள்* 1960இல் வெளிவந்தது. அதைத் தொடர்ந்து பல தொகுதிகள் வெளி வந்துள்ளன. அவற்றுள் சில பின்வருமாறு.

ஒலிவம் இலைகள் (1964), *பலஸ்தீனத்திலிருந்து ஒரு காதலன்* (1966), *இரவின் முடிவு* (1967), *கலிலீயில் பறவைகள் இறக்கின்றன* (1970), *நான் உன்னைக் காதலிக்கிறேன் நான் உன்னைக் காதலிக்கவில்லை* (1972), *ஏழாவது தாக்குதல்* (1975), *திருமணங்கள்* (1977).

1969இல் ஆசிய ஆப்பிரிக்க எழுத்தாளர் அமைப்பு இவருக்கு தாமரை விருது வழங்கிக் கௌரவித்தது.

வாக்குமூலம்

எழுதிக்கொள் இதனை
நான் ஓர் அராபியன்
எனது அட்டையின் இலக்கம் 50,000.
எட்டுக் குழந்தைகள் உள்ளனர் எனக்கு
ஒன்பதாவது அடுத்த கோடையில்
கோபமா உனக்கு?

எழுதிக்கொள் இதனை
நான் ஓர் அராபியன்
தொழிலாளருடன் கற்கள் உடைக்கிறேன்
கற்பாறைகளைக் கசக்கிப் பிழிகிறேன்
எனது எட்டுக் குழந்தைகளுக்கும்
ரொட்டித் துண்டினைப் பெறுவதற்காக
புத்தகம் ஒன்றைப் பெறுவதற்காக

ஆயினும்
கருணை கேட்டு நான் இரந்திட மாட்டேன்
உன் அதிகாரத்தின் ஆளுகையின் கீழ்
முழந்தாள் இட்டு நான் பணிந்திட மாட்டேன்
கோபமா உனக்கு?

எழுதிக்கொள் இதனை
நான் ஓர் அராபியன்

151

பேர்புகழ் அற்ற ஒருவனே நான்
மூர்க்க உலகில் நிலைபேறுடையவன்
கோபச் சூழலில் அனைத்தும் இயங்கும்
ஒரு நாட்டின் புதல்வன்
காலம் பிறக்க முன்
யுகங்கள் உதயமாக முன்
சைப்ரஸ் மரங்களுக்கும் ஒலிவ் மரங்களுக்கும் முன்
களைகள் முதிர்ச்சியடைய முன்
ஆழச் சென்றன எனது வேர்கள்

எனது தகப்பன் ஓர் எளிய உழவன்
குலவழி அற்ற உழவன் என் பாட்டன்
எனது வீடு ஓர் வைக்கோல் குடிசை
பட்டங்கள் அற்ற வெறும் பெயர் எனது

எழுதிக்கொள் இதனை
நான் ஓர் அராபியன்
எனது தலைமுடி மிகவும் கறுப்பு
எனது கண்கள் மண்ணிறமானவை
எனது அரபுத் தலையணி:
அதைத் தொடுவோரின் கைகளைப் பிராண்டும்

எனது விலாசம்:
மறக்கப்பட்ட ஓர் தூரத்துக் கிராமம்
அதன் தெருக்களுக்குப் பெயர்கள் இல்லை
அதன் மக்கள் வயல்களில் உழுவோர்
கல் உடைக்கும் இடத்திலும் உழல்வோர்

எழுதிக்கொள் இதனை
நான் ஓர் அராபியன்
என் முன்னோரின் திராட்சை வனத்தை
திருடிக்கொண்டவன் நீ
நான் உழுத நிலத்தை
என் குழந்தைகளை திருடிக்கொண்டவன் நீ
எனக்கும் எனது பேரர்களுக்கும்
நீ விட்டு வைத்தவை இப்பாறைகள் மட்டுமே

அனைத்துக்கும் மேலே
இதனையும் எழுது
யாரையும் நான் வெறுப்பவன் அல்ல
யாரையும் கொள்ளை அடித்தவன் அல்ல

ஆயினும்
பட்டினி வருத்தும் போதிலோ என்னைக்
கொள்ளை அடித்தவன் தசையினைப் புசிப்பேன்

கவனம்
எனது பசியை அஞ்சிக்
கவனமாய் இருங்கள்
எனது சினத்தை அஞ்சிக் கவனமாய் இருங்கள்.

●

தூரத்து நகரில் ஒரு அந்நியன்

நான் இளைஞனாயும்
அழகனாயும் இருந்த போது
ரோஜா என் இல்லமாய் இருந்தது
அருவிகள் என் கடல்களாய் இருந்தன

பின்னரோ,
ரோஜா ஒரு காயமாய் மாறிற்று
அருவிகள் தாகமாயின

நீ அதிகம் மாறிவிட்டாயா?
இல்லை, அதிகம் இல்லை
காற்றைப் போல
எங்கள் வீட்டுக்கு
நாங்கள் திரும்பிவரும்போது
எனது நெற்றியை உற்றுப்பார்

ரோஜா ஒரு ஈச்சை மரமாக
இருப்பதைக் காண்பாய்
அருவிகள் வியர்வையாய்
இருப்பதையும் காண்பாய்
நான் முன்பு இருந்ததைப் போலவே
இளைஞனாயும் அழகனாயும்
என்னைக் காண்பாய்

அலைந்துகொண்டிருக்கும் கித்தார் இசைஞன்

முன்பு அவன் ஒரு ஓவியன்
ஆனால் ஓவியங்களோ
சாதாரணமாக
கதவுகள் எதையும் திறப்பதில்லை
அவற்றை உடைத்து நொறுக்குவதும் இல்லை
சந்திரனின் முகத்தைவிட்டுத்
திமிங்கலத்தைத் துரத்திவிடுவதும் இல்லை*

(ஓ என் நண்பனே, ஓ கித்தாரே
தூரத்துச் சன்னல்களுக்கு
என்னைக் கொண்டுசெல்)

முன்பு அவன் ஒரு கவிஞன்
ஆனால் கவிதையோ,
கப்பலின் தளத்தில் இருந்து
அவன் ஜஃபாவைப் பார்த்தபோது**
நினைவில் கசங்கி மடங்கியது

(ஓ என் நண்பனே, ஓ கித்தாரே
தேன் நிறக் கண்களிடம்
என்னைக் கொண்டுசெல்)

முன்பு அவன் ஒரு படைவீரன்
ஆனால், ஒரு எறிகுண்டுத் துணுக்கு
அவனது முழங்காலை நொறுக்கி விட்டது

அவனுக்கு அவர்கள் பரிசொன்றை அளித்தனர்
பதவி உயர்ச்சியும், ஒரு மரக்காலும்

(ஓ என் நண்பனே, ஓ கித்தாரே
தூங்கும் நாடுகளுக்கு
என்னைக் கொண்டுசெல்)

இனி வரும் இரவுகளில் கித்தார் இசைஞன் வருவான்
படைவீரர்களிடம் மக்கள்
ஆட்டோகிராஃப் வாங்கிக் கொண்டிருக்கும்போது
நாம் பார்த்திராத ஓர் இடத்தில் இருந்து
கித்தார் இசைஞன் வருவான்
மக்கள் சாட்சிகளின் பிறந்த நாளைக்
கொண்டாடிக் கொண்டிருக்கும்போது
கித்தார் இசைஞன் வருவான்
நிர்வாணமாக அல்லது உள்ளாடைகளுடன்

கித்தார் இசைஞன் வருவான்
நான் பெரிதும் அவனைப் பார்க்கிறேன்
அவனது வாத்திய நரம்புகளின்
இரத்த வாடையைப் பெரிதும் முகர்கிறேன்
நான் பெரிதும் பார்க்கிறேன்
அவன் ஒவ்வொரு தெருவிலும்
நடந்து கொண்டிருப்பதை
நான் பெரிதும் கேட்கிறேன்
அவன் ஒரு புயல்போல ஓலமிடுவதை

நன்றாகப் பார்
அது ஒரு மரக்கால்
கவனி
அதுதான் மனித மாமிசத்தின் இசை.

●

★ சந்திர கிரகணத்தின் போது சந்திரனை திமிங்கிலம் சாப்பிடுகிறது என்பது ஐதீகம்
★★ கப்பலின் தளத்தில் இருந்து அவன் ஜஃபாவைப் பார்த்த போது என்ற தொடர் இரண்டாம் உலக யுத்தத்தின் பிறகு கடல் மூலமாக யூதர்கள் பலஸ்தீனத்திற்குள் கொண்டு வரப்பட்டதைக் குறிக்கிறது.

பலிஆள் இலக்கம் 48

அவனது நெஞ்சில்
ஒரு ரோஜாமலர் விளக்கையும்
ஒரு நிலவையும்
கண்டனர் அவர்கள்

அவன் கொலையுண்டு கற்களின் மீது வீசப்பட்டான்.
அவனது பையில் அவர்கள் கண்டெடுத்தவை
சில நாணயங்கள்
ஒரு நெருப்புப் பெட்டி
ஒரு அடையாள அட்டை
அவனது புயத்தில்
பச்சைகுத்திய தடங்களும் இருந்தன

அவனது தாயோ அவனை இழந்தாள்
ஆண்டு தோறும் அஞ்சலி செய்தாள்
அவனது விழிகளில் முட்செடி முளைத்தது
இருள் மிக அடர்ந்தது.

அவனது தம்பி இளைஞனாகி
வேலை தேடி நகர்ப்புறம் சென்றான்
அவர்கள் அவனை சிறையில் அடைத்தனர்
அடையாள அட்டை அவனிடம் இல்லை
தெருவில் அவனிடம் இருந்ததெல்லாம்
ஒரு குப்பைப் பெட்டியும் வேறு சிலவும்

என் தாய்நாட்டின் குழந்தைகளே,
இவ்வாறுதான் சந்திரன் இறந்தது.

●

முதல் சந்திப்பு

எனது கைகளைப் பலமாய் அழுத்தி
மூன்றே சொற்களை மெல்லென மொழிந்தாள்
அன்று நான் பெற்ற அரும்பொருள் அவையே
'நாளை நாம் சந்திப்போம்'
பின்னர்
பாதை அவளை மறைத்து விட்டது.
இருமுறை முகம் மழித்தேன்
இருமுறை
சப்பாத்துகளைத் துடைத்து மினுக்கினேன்
நண்பனின் ஷூட்டினை அணிந்தேன்
இரண்டு லிறாக்களும் * எடுத்துக் கொண்டேன்
அவளுக்கு இனிப்பும்
பால் கோப்பியும் **
வாங்கிக் கொடுக்க.
காதலர்கள் புன்னகை செய்கையில்
நான் தனிமையில் இருந்தேன்

என்னுள்ளும் ஏதோ சொன்னது
நாமும் கூடப் புன்னகை செய்யலாம்

சிலவேளை அவள் இதோ வந்துகொண்டிருக்கலாம்
சிலவேளை அவள் இதை மறந்தும் இருக்கலாம்
சிலவேளை... சிலவேளை...
இன்னும் இரண்டு நிமிடமே உள்ளது.

நாலரை மணி
அரைமணி நேரம் முடிந்து விட்டது
ஒரு மணி நேரம், இருமணி நேரம்,
நிழல்கள் தாமே நீண்டு செல்கின்றன
வாக்களித்தவள் வரவே இல்லை
நாலரை மணிக்கு.

●

★ வீறா – அரபு நாணயம்
★★ அராபியர்கள் பொதுவாக வெறும் காப்பியே அருந்துவர். பால் கலந்த கோப்பி விசேட பானமாகக் கருதப்படுகிறது.

சங்கீதம் 3

எனது சொற்கள்
மண்ணின் சொற்களாய் இருந்த நாளில்
நான் கோதுமைத் தாள்களின் நண்பனாய் இருந்தேன்.

எனது சொற்கள்
சினத்தின் சொற்களாய் இருந்த நாளில்
நான் சங்கிலிகளின் நண்பனாய் இருந்தேன்.

எனது சொற்கள்
கிளர்ச்சியின் சொற்கள் இருந்த நாளில்
நான் பூமி அதிர்ச்சிகளின் நண்பனாய் இருந்தேன்.

எனது சொற்கள்
பேதி மருந்தின் சொற்களாய் இருந்த நாளில்
நான் நன்நம்பிக்கையின் நண்பனாய் இருந்தேன்.

எனது சொற்கள்
தேனாக மாறியபோதோ
ஈக்கள்
என் இதழ்களை மூடின.

●

மனிதனைப்பற்றி

அவனது வாயில் துணிகளை அடைத்தனர்
கைகளைப் பிணைத்து
மரணப் பாறையுடன் இறுகக் கட்டினர்
பின்னர் கூறினர்
நீ ஒரு கொலைக்காரன் என்று

அவனது உணவையும் உடைகளையும்
கொடிகளையும் கவர்ந்து சென்றனர்
மரண கூடத்தினுள் அவனை வீசி எறிந்தனர்
பின்னர் கூறினர்
நீ ஒரு திருடன் என்று

அவன் எல்லாத் துறைமுகங்களில் இருந்தும்
துரத்தப்பட்டான்
அவனது அன்புக்குரியவளையும்
அவர்கள் தூக்கிச் சென்றனர்
பின்னர் கூறினர்
நீ ஒரு அகதி என்று

தீப்பொறி கனலும் விழிகளும்
இரத்தம் படிந்த கரங்களும் உடையவனே
இரவு குறுகியது
சிறைச்சாலைகள்
என்றென்றைக்கும் எஞ்சியிரா
சங்கிலிக் கணுக்களும் எஞ்சியிரா
நீரோ இறந்து விட்டான்
ரோம் இன்னும் இறக்கவில்லை
அவள் தன் கண்களாலேயே இன்றும் போரிடுகிறாள்
காய்ந்து போன ஒரு கோதுமைக் கதிரின் விதைகள்
கோடிக்கணக்கில் பசிய கதிர்களால்
சமவெளியை நிரப்பவே செய்யும்.

ஒலிவ மரச் சோலையில் இருந்து ஒரு குரல்

நெருப்பில் கிடந்த நான்
சிலுவையில் அறையப்பட்ட போது
ஒலிவ மரச் சோலையில் இருந்து
எதிரொலி கேட்டது.

நான் காகங்களுக்குச் சொன்னேன்
என்னைத் துண்டுகளாய்க் கிழிக்காதீர்
ஏனெனில் நான் வீடு திரும்பக்கூடும்
வானம் மழைபொழியக்கூடும்
இந்த கொடூரமான காட்டை
அது அழித்துவிடக்கூடும்

என் சிலுவையில் இருந்து
ஒரு நாள் நான் இறங்கி வருவேன்
யாருக்குத் தெரியும்
நான் எப்படித் திரும்பி வருவேன் என்று?
வெறுங் காலுடனா?
நிர்வாணமாகவா?

பலிஆள் இலக்கம் 18

முன்பொரு நாளில்
ஒலிவம் தோப்பு பசுமையாய் இருந்தது
வானம் நீலத் தோப்பாய் இருந்தது
என் அன்பே,
அது அவ்வாறுதான் இருந்தது
அன்றைய மாலை
எது அதனை மாற்றி அமைத்தது?

பாதை வளைவில், அவர்கள்
தொழிலாளர்களின் லொறியினை நிறுத்தினர்
அவர்கள் எத்தனை அமைதியாய் இருந்தனர்

அவர்கள் எங்களைக் கிழக்கை நோக்கி
வட்டமாய்த் திருப்பினர்
அவர்கள் எத்தனை அமைதியாய் இருந்தனர்

ஓ என் காதலின் கூடே
முன்பொரு நாளில்
என் இதயம் நீலப் பறவையாய் இருந்தது
என்னிடம் இருந்த
உன் கைக்குட்டைகள் அனைத்தும்
வெண்மையாய் இருந்தன
என் அன்பே,
அவை அவ்வாறுதான் இருந்தன
அன்றைய மாலை
அவற்றை நிறம் மாற்றியது எது?
என் அன்பே
எனக்கு எதுவும் புரியவே இல்லை

பாதை வளைவில் அவர்கள்
தொழிலாளர்களின் லொறியினை நிறுத்தினர்
அவர்கள் எத்தனை அமைதியாய் இருந்தனர்.
அவர்கள் எங்களைக் கிழக்கை நோக்கி
வட்டமாய்த் திருப்பினர்
அவர்கள் எத்தனை அமைதியாய் இருந்தனர்

என்னிடம் இருந்து நீ எல்லாம் பெறுவாய்
நிழலும் உனதே ஒளியும் உனதே
திருமண மோதிரமும் நீ வேண்டிய அனைத்தும்
ஒலிவம் தோட்டமும் அத்தி மரங்களும்
என்னிடம் இருந்து நீ எல்லாம் பெறுவாய்

ஒவ்வொரு இரவும் உன்னிடம் வருவேன்
கனவில் ஜன்னலின் ஊடே வருவேன்
மல்லிகை மலரை உன்னிடம் எறிவேன்
குறை கூறாதே சற்று நான் பிந்தினால்
அவர்கள் என்னை நிறுத்தினர் அன்பே

எப்போதுமே
ஒலிவம் தோப்பு பசுமையாய் இருந்தது
என் அன்பே,
அது அவ்வாறுதான் இருந்தது

50 பலி ஆட்கள்
மாலையில் அதனை
செங்குளம் ஆக்கினர்
50 பலி ஆட்கள்

அன்பே நீ என்னைக் குறை கூறாதே
அவர்கள் என்னைக் கொன்றனர்
என்னை அவர்கள் கொன்றனர்

என்னைக் கொன்றனர் அவர்கள்

●

★ 1956ஆம் ஆண்டு யுத்தத்தின் போது கஃப்ர் காசிம் என்ற இடத்தில் இஸ்ரேல் படையினர் 49 நிராயுதபாணியான கிராம வாசிகளைப் படுகொலை செய்தனர். அப்படுகொலை பற்றி மஹ்மூத் தர்வீஷ் எழுதிய கவிதைகளில் இதுவும் ஒன்று.

சிறை

எனது வீட்டு விலாசம் மாறிவிட்டது
நான் சாப்பிடும் நேரமும் மாறிவிட்டது
எனது புகையிலையின் அளவும்
எனது ஆடையின் நிறமும்
எனது முகமும்
எனது தோற்றமும் கூட மாறிவிட்டன.

இங்கு என்பிரிய
சந்திரன் கூட மாறிவிட்டது
மிகப் பெரிதாக, மிக அழகாக
பூமியின் மணமும் மாறிவிட்டது
அத்தர் போல.
இயற்கையின் சுவையும் மாறிவிட்டது
இனிமையாக.

எனது பழைய வீட்டின்
கூரையின் மீது நான் இருப்பது போலவே
இருப்பினும் கூட
ஓர் புதிய தாரகை
என் கண்களின்மீது இறுகியுள்ளது.

●

மலையடிவாரத்தில் குதிரைகள் கனைக்கின்றன

மலையடிவாரத்தில் குதிரைகள் கனைக்கின்றன
ஒன்றில் ஏறுவதற்கு அல்லது இறங்குவதற்கு

என் சீமாட்டியிடம் என் புகைப்படத்தைக் கொடுக்கிறேன்
நான் இறந்த பிறகு சுவரில் கொழுவுதற்காக
அவள் கேட்டாள் 'அதற்கென்றொரு சுவர் உண்டா?'
நான் சொன்னேன் 'அதற்கென்றொரு சுவரைக் கட்டுவோம்'
'எங்கே எந்த வீட்டில்?'
நான் சொன்னேன்: 'அதற்கென்றொரு வீட்டைக் கட்டுவோம்'
'எங்கே? எந்தப் புகலிடத்தில்?'
நாங்கள் சத்தமிட்டோம்
பாடல் பரகசியமாயிற்று

மலையடிவாரத்தில் குதிரைகள் கனைக்கின்றன
ஒன்றில் ஏறுவதற்கு அல்லது இறங்குவதற்கு

ஒரு முப்பது வயதுச் சீமாட்டிக்கு
அவளது குதிரைவீரனின் படத்துக்குச் சட்டமிட
ஒரு நிலம் தேவையா?

கடினமான அந்த மலைச் சிகரத்தை என்னால் அடைய முடியுமா?
மலையடிவாரம் ஒரு பாதாளக் கிடங்கு
அல்லது முற்றுகைக்குள்ளானது

மேலும் பாதையின் மையம் ஒரு திருப்பு முனை
ஆ, ஓர் உயிர்த் தியாகி பிறிதொரு உயிர்த் தியாகியைக்
கொல்லும் பயணம்

என் புகைப்படத்தை என் சீமாட்டியிடம் கொடுக்கிறேன்
உனக்குள் ஒரு புதிய குதிரை கனைக்கும்போது
என் புகைப்படத்தைக் கிழித்து வீசு

மலையடிவாரத்தில் குதிரைகள் கனைக்கின்றன
ஒன்றில் ஏறுவதற்கு
அல்லது ஏறுவதற்கு
●

இயலும்போதெல்லாம் வாழ்வை நேசிக்கிறோம்

எம்மால் இயலும்போதெல்லாம்
நாம் வாழ்வை நேசிக்கிறோம்
நடனம் செய்கிறோம்
ஒரு மினராவைக் கட்டி எழுப்புகிறோம்
அல்லது இரண்டு உயிர்த் தியாகிகள் மத்தியில்
வளரும் ஊதாச் செடிகளுக்காக
ஈத்த மரங்களை வளர்க்கிறோம்
எம்மால் இயலும்போதெல்லாம்
நாம் வாழ்வை நேசிக்கிறோம்.

எங்கள் பயணத்துக்காக
ஒரு வானத்தையும் ஒரு வேலியையும் நெய்ய
பட்டுப் பூச்சியிடம் ஒரு நூலைத் திருடுகிறோம்
ஒரு அழகிய நாளைப்போல்
பாதையில் நடந்துசெல்ல
மல்லிகைக்கு நம் தோட்டத்து வாயிலைத்
திறந்துவிடுகிறோம்
எம்மால் இயலும் போதெல்லாம்
நாம் வாழ்வை நேசிக்கிறோம்.

நாம் எங்கெல்லாம் குடியமர்கிறோமோ
அங்கெல்லாம் விரைந்து வளரும்
தாவரங்களை வளர்க்கிறோம்
நாங்கள் எங்கெல்லாம் குடியமர்கிறோமோ
அங்கெல்லாம் ஒரு கொலையுண்ட மனிதனை
அறுவடை செய்கிறோம்
தூரத்து, வெகு தூரத்து நிறத்தினை

நாம் புல்லாங் குழலில் இசைக்கிறோம்
ஒரு குதிரைக் க்னைப்பின் வழியில்
நாம் தூசியைச் சுவாசிக்கிறோம்

மேலும் கற்களின் வடிவில்
எங்கள் பெயர்களை எழுதுகிறோம்
மின்னல் எங்களுக்காக
இரவைப் பிரகாசமாக்குகின்றது
இரவைச் சிறிது பிரகாசமாக்குகின்றது
எம்மால் இயலும்போதெல்லாம்
நாம் வாழ்வை நேசிக்கிறோம்.

●

பாடகன்

ஒரு சிறிய மாலைப் பொழுது
ஒரு புறக்கணிக்கப்பட்ட கிராமம்
இரண்டு தூங்கும் விழிகள்
முப்பது வருடங்கள்
ஐந்து யுத்தங்கள்
காலம் எனக்காக ஒரு கோதுமைத் தாழை
ஒளித்து வைக்கிறது
பாடகன் பாடுகிறான்
நெருப்பையும் அந்நியர்களையும் பற்றி

மாலைப் பொழுது மாலைப் பொழுதாகவே இருந்தது
பாடகன் பாடிக் கொண்டிருந்தான்
அவர்கள் அவனை விசாரித்தனர்
நீ ஏன் பாடுகிறாய்?
அவர்கள் அவனைக் கைது செய்கையில்
அவன் பதில் கூறுகிறான்
ஏனெனில் நான் பாடுகிறேன்

அவர்கள் அவனைச் சோதனையிட்டனர்
அவனது மார்பில் அவனது இதயம் மட்டும்
அவனது இதயத்தில் அவனது மக்கள் மட்டும்
அவனது குரலில் அவனது துயரம் மட்டும்
அவனது துயரத்தில் அவனது சிறைச்சாலை மட்டும்
அவனது சிறைச்சாலையில் அவர்கள் தேடுதல் நடத்தினர்
சங்கிலியில் பிணைப்புண்டு கிடக்கும்
தங்களை மட்டுமே அங்கு கண்டனர்.

●

சீற்றம்

என் இதயத் தாமரைகள்
கறுப்பாகி விட்டன
என் இதழ்களில் இருந்து
சுவாலைகள் பறந்தன.
பசிப் பிசாசுகளே
எந்த வனத்தில் இருந்து
எந்த நரகில் இருந்து இங்கு வந்தீர்கள்?

என் துன்பங்களுக்கு
நான் என்னை அர்ப்பணித்திருக்கிறேன்
தேசப் பிரஷ்டத்துடனும் பசியுடனும்
நான் கை குலுக்கி இருக்கிறேன்
சீற்றம்தான் எனது கை
சீற்றம்தான் எனது வாய்

எனது நரம்பின் குருதி சீற்றத்தின் சாறே
ஆகவே
நான் ஒரு பாடலைப் பாடுவேன் என
நீ எதிர் பாராதே
அடர்ந்த வனங்களில் மலர்கள்
காட்டு மலர்களாகத்தான் மாறுகின்றன

நாட்பட்ட எனது புண்ணுக்கோர் ஆறுதலாக
எனது களைத்த வார்த்தையைத் தருகிறேன்
இதுவே என் வருத்தம்
மண்ணுக்கோர் பெரும் உதை
மேகங்களுக்குப் பிறிதொன்று
இது போதும்
இப்போது நான் சீற்றமாய் இருப்பதால்
ஆனால், நாளை புரட்சி வரும்

●

மனிதருக்குரிய பாடல்

துயரங்களின் தோழர்களே
தளையுண்ட நண்பர்களே
வாருங்கள்
என்றென்றும் தோல்வியுறா
அணிவகுத்துச் செல்வோம்
நாம் எதையும் இழக்கோம்
நமது சவப்பெட்டிகளைத் தவிர

விண்ணகம் நோக்கி நாம் பாடல் இசைக்கலாம்
நம்பிக்கைகளை நாங்கள் அனுப்பலாம்
தொழிற்சாலைகளிலும்
கல்லுடைக்கும் இடங்களிலும்
வயல் வெளிகளிலும் நாங்கள் பாடலாம்
மறைவிடங்களை விட்டும் நீங்கலாம்
சூரியனைப் பார்க்கலாம்.

'அவர்கள் அரபிகள், காட்டு மிராண்டிகள்'
நமது எதிரிகள் முணுமுணுப்பார்கள்

ஆம்! நாங்கள் அரபிகள்
நாங்கள் அறிவோம்
தொழிற் சாலைகளும் வீடுகளும்
மருத்துவ மனைகளும் பாடசாலைகளும்
எப்படிக் கட்டுவது என்பதை அறிவோம்
குண்டுகளும் ஏவுகணைகளும்
எப்படிச் செய்வது என்பதை அறிவோம்
இசையும் அழகிய கவிதையும் கூட
நாங்கள் இயற்றுவோம்.

●

நான் பிரகடனம் செய்கிறேன்

எனது நாட்டில் ஒரு சாண் நிலம்
எஞ்சி இருக்கும்வரை
என்னிடம் ஒர ஒலிவமரம்
எஞ்சி இருக்கும்வரை
ஒரு எலுமிச்சை மரம்
ஒரு கிணறு
ஒரு சப்பாத்திக் கள்ளி
எஞ்சி இருக்கும்வரை
ஒரு சிறு நினைவு
ஒரு சிறு நூலகம்
ஒரு பாட்டனின் புகைப்படம்
ஒரு சுவர்
எஞ்சி இருக்கும்வரை

அரபுச் சொற்கள் உச்சரிக்கப்படும்வரை
நாட்டுப் பாடல்கள் பாடப்படும்வரை
கவிஞர்கள்
அந்தர் அல்–அப்ஸ் கதைகள்
பாரசீகத்துக்கும் ரோமுக்கும் எதிரான
யுத்த காவியங்கள்
எனது நாட்டில் இருக்கும்வரை

எனது கண்கள் இருக்கும்வரை
எனது உதடுகள் எனது கைகள்
எனது தன்னுணர்வு இருக்கும்வரை

விடுதலைக்கான பயங்கரப் போரை
எதிரியின் எதிரில் நான் பிரகடனம் செய்வேன்.

சுதந்திரமான மனிதர்கள் பெயரால்
தொழிலாளர்கள் மாணவர்கள் கவிஞர்கள் பெயரால்
நான் பிரகடனம் செய்வேன்

கோழைகள் சூரியனின் எதிரிகள்
அவமான ரொட்டியினால் ஊதிப் புடைக்கட்டும்
நான் வாழும்வரை எனது சொற்களும் வாழும்
சுதந்திரப் போராளிகளின் கைகளில்
ரொட்டியாயும் ஆயுதமாயும்
என்றும் இருக்கும்.

●

எதிர்ப்பு

நீ என்னைச் சுற்றிக் கட்டலாம்
வாசிப்பதற்கும் புகைப்பதற்கும்
நீ தடை விதிக்கலாம்
எனது வாயில் நீ மண் இட்டு நிரப்பலாம்
ஆயினும் என்ன?
கவிதை
என் துடிக்கும் இதயத்தின் குருதி
என் ரொட்டியின் உப்பு
கண்ணின் திரவம்
நகங்களால்
கண் இமைகளால்
கத்தி முனையால்
நான் அதை எழுதுவேன்.
சிறைச்சாலையில்
குளியலறையில்
குதிரை லாயத்தில்
நான் அதைப் பாடுவேன்.

சவுக்கடியிலும்
சங்கிலிப் பிணைப்பிலும்
கைவிலங்கின் வேதனை இடையிலும்
நான் அதைப் பாடுவேன்.

போரிடும் எனது பாடலைப்பாட
என்னுள் ஓர் கோடி
வானம்பாடிகள் உள்ளன.

•

நம்பிக்கை

உனது பாத்திரத்தில்
இன்னமும் சிறிது தேன் எஞ்சி உள்ளது.
ஈக்களைத் துரத்து
தேனைப் பாதுகாத்திடு.

இன்னமும் கூட
உனது வீட்டுக்கோர் கதவுண்டு
இன்னமும் கூட
உனது வீட்டிலோர் பாய் உண்டு
கதவை மூடு
குளிர் காற்றில் இருந்தும் உன்
குழந்தைகளைக் காப்பாற்று.

மிகமிக மோசம் இக்குளிர் காற்று
குழந்தைகள் நன்கு தூங்குதல் வேண்டும்

நெருப்பெரிக்கச் சிறிது விறகு
கொஞ்சம் கோப்பி
நெருப்புச் சுவாலை
இன்னமும் கூட உன்னிடம் உண்டு.

இரங்கற்பா

சென்று திரும்பா என் நண்பனின் கதையை
எமது மண்ணிலே
துயருடன் அவர்கள் கூறுகின்றனர்.

அவனது பெயர்...?

அவனது பெயரைக் குறிப்பிட வேண்டாம்
எம் இதயங்களில் அச்சொல்
புனிதமாய் இருக்கட்டும்.
சாம்பலைப் போல் காற்று அதனையும்
அள்ளிச் செல்ல விடவேண்டாம்

சுகப்படுத்த முடியாத ஒரு காயமாக
அவனை எங்கள் இதயத்தில் இருத்துவோம்.
அன்புள்ளோரே
அனாதைகளே
நான் விசாரப்படுகிறேன்
அநேக பெயர்களுள்
அவனது பெயரை மறந்து விடுவோம்
என்று அஞ்சுகிறேன்
அவனை மறக்க நான் அஞ்சுகிறேன்
மாரி மழையிலும் புயலிலும்
எம் இதயக் காயங்கள் உறங்குதல் கூடும்
என நான் அஞ்சுகிறேன்.

அவனது வயது...?

மழையை நினைவு கூரா ஓர் அரும்பு அவன்
நிலவொளியில் காதல் பாட்டுப் பாடியதில்லை அவன்

177

காதலிக்காகக் காத்திருந்து
கடிகாரத்தை நிறுத்தியதில்லை அவன்
அவனது கரங்கள் சுவரருகே யாரையும் தழுவியதில்லை
ஓர் உந்தும் வேட்கையை
அவன் விழிகள் என்றும் தொடர்ந்ததில்லை
அவன் ஒரு பெண்ணை முத்தமிட்டதேயில்லை
ஒருத்தியுடனும் சல்லாபித்ததுமில்லை
அவனது வாழ்வில் இருமுறை மட்டுமே
ஒரு பெண்ணைப் பார்த்து ஆ! என வியந்தான்
ஆனால் அவளோ அவனைப் பொருட்படுத்தியதில்லை
அவனோ முதிரா இளைஞன்
அவளை அடையும் வழியை அவன் இழந்தான்
நம்பிக்கையையும் அதுபோல் இழந்தான்.

எங்கள் மண்ணிலே
அவனது கதையைக் கூறுகின்றனர்
அவன் ஓடி மறைந்த போது
அவனது தாயிடம் விடைபெற வில்லை
நண்பர்களைச் சந்திக்க வில்லை

அச்சத்தைத் தணிக்கும் செய்தி எதனையும்
விட்டுச் செல்லவில்லை
வழிபார்த்திருக்கும் அவனது தாயின்
நீண்ட இரவுக்கு விளக்கேற்றும்
ஓர் சொல்லைத்தானும் அவன் கூறிச் செல்லவில்லை
அவனது தாயோ ஆகாயத் தோடும்
அவனது தலையணை அவனது பெட்டி
என்பவற்றோடுமே பேசுகின்றாள்

அவள் தன் துயர்நிலையில் அரற்றுவாள்:
இரவே
நட்சத்திரங்களே
கடவுளே
முகில்களே
பறந்து செல்லும் என் பறவையைக் கண்டீர்களா?
சுடரும் இரு தாரகை அவனது கண்கள்
இரண்டு பூக்கூடைகள் அவனது கரங்கள்
அவனது மார்பு
நிலவுக்கும் நட்சத்திரங்களுக்கும்

தலையணை யாகும்
காற்றும் மலரும் ஆடும் ஊஞ்சல் அவனது கேசம்
பிரயாணத்துக்கு இன்னும் தகுதி பெறாத
பிரயாணியைக் கண்டீர்களா?
உணவு எடுத்துக்கொள்ளாது அவன் சென்று விட்டான்
பசி வரும் போது அவனுக்கு யார் உணவளிப்பார்?
அந்நியனான அவனுக்கு வீதி அனர்த்தங்களில்
யார் அனுதாபம் காட்டுவார்?
என் மகன்
என் மகன்

இரவே தாரகைகளே தெருக்களே முகில்களே
அவளுக்குச் சொல்லுங்கள்:
எம்மிடம் விடையில்லை
கண்ணீரை சோகத்தை கஷ்டங்களை விட
பெரியது காயம்
உண்மையை நீ தாங்கமாட்டாய்
ஏனெனில்
உனது மகன் இறந்து விட்டான்
தாயே கண்ணீரை முடித்து விடாதே
கண்ணீருக்குத் தேவை இருப்பதால்
ஒவ்வொரு மாலை நேரத்துக்கும்
அதில் கொஞ்சம் வைத்திரு

மரணத்தினால் பாதைகள் நெரிசலடையும் போது
உன் மகன் போன்ற பிரயாணிகளால்
அவை மறிக்கப்படுகின்றன
நீ உன் கண்ணீரைத் துடைத்து
முன்னர் இறந்த அன்புக்குரிய அகதிகளின்
நினைவுச் சின்னங்களாக
எமது கண்ணீரில் சிறிதை எடுத்துக்கொள்வாய்.

உனது கண்ணீரை முடித்து விடாதே
பாத்திரத்தில் சிறிது கண்ணீரை வைத்திரு
சிலவேளை
நாளை அவனது தகப்பனுக்காக
அல்லது அவனது சகோதரனுக்காக
அல்லது அவனது நண்பன் எனக்காக
நாளைக்கு எங்களுக்காக
இரு துளிக் கண்ணீரை வைத்திரு

எனது நண்பனைப் பற்றி
எமது மண்ணிலே அதிகம் பேசுகின்றனர்
எப்படி அவன் சென்றான்?
எப்படி அவன் திரும்பவே இல்லை?
எப்படி அவன் தன் இளமையை இழந்தான்?

துப்பாக்கி வேட்டுகள்
அவன் மார்பையும் முகத்தையும் நொறுக்கின
தயவு செய்து மேலும் விபரணம் வேண்டாம்
நான் அவனது காயங்களைப் பார்த்தேன்
அதன் பரிமாணங்களைப் பார்த்தேன்
நான் நமது ஏனைய குழந்தைகள் பற்றி எண்ணுகிறேன்
குழந்தையை இடுப்பில் ஏந்திய
ஒவ்வொரு தாயையும் பற்றி எண்ணுகிறேன்.

அன்புள்ள நண்பனே
அவன் எப்போது வருவான் என்று கேட்காதே
மக்கள் எப்போது கிளர்ந்தெழுவார்கள்
என்று மட்டும் கேள்.

●

முறீத் பர்கோத்தி

Mureed Barghouthy

*1944*இல் பிறந்த முறீத் பர்கோத்தி புலம்பெயர்ந்து வாழும் பலஸ்தீனக் கவிஞர்களுள் ஒருவர். அரபுநாடுகள் பலவற்றில் இவர் வாழ்ந்திருக் கிறார். இவரது ஆரம்ப காலக் கவிதைகள் தேசப்பற்றையும் விடுதலைப் போராட்ட உணர்வையும் வெளிப்படுத்தின என்றும், 1970க்குப் பின்னர் இவரது கவிதைகளில் நவீனத்துவச் செல்வாக்கு அதிகம் காணப் படுகிறது என்றும், இவரது தலைமுறையைச் சேர்ந்த கவிஞர்கள் மத்தியில் இவரே நவீனத்துவப் பாணியில் அதிக கவிதைகள் படைத்தவர் என்றும் இவரைப் பற்றி விமர்சகர்கள் கூறுகின்றனர். இவரது கவிதைத் தொகுதிகள் பல வெளிவந்துள்ளன. அவற்றுள் 1980இல் வெளிவந்த இவரது நடைபாதைக் கவிதைகள் நவீனத்துவம் நோக்கிய இவரது மாற்றத்தை காட்டுவதாகக் கருதப்படுகிறது

காவலர்கள்

மாட்சிமை தங்கிய அரசரின் காவலர்கள்
சிலர் கோபுரங்களில் நிற்பர்
சிலர் குதிரைச் சேணத்தில் உட்கார்ந்திருப்பர்
சிலர் நிமிர்ந்து நிற்பர்
உள்வருகையிலும் வெளிச் செல்கையிலும்
பவ்வியமாய்த் தலைகுனிவர்
சிலர் உணவைக் கண்காணிப்பர்
சிலர் பணியாட்களைக் கண்காணிப்பர்
சிலர் வேறு சிலருக்குக் காவல் புரிவர்
சிலர் தினத்தாளுக்குத் தினத்தாள் செய்திகள் சொல்வர்
சிலர் கவிதை புனைவர்
சிலர் அரசரின் பேச்சுக்குக் கைதட்டப் பணிப்பர்
அவர்கள் எல்லோருக்கும் அவரவர் பாணி உண்டு
நடையிலும் நடத்தையிலும் அவர்கள் உதாரண புருஷர்
அவர்கள் எல்லோருக்கும் ராச்சியங்கள் உண்டு
எல்லோருக்கும் மாட்சிமைகள் உண்டு
அவர்கள் எல்லோருமே அரசர்கள்

●

வேட்கை

அவனது தோல் வார்
சுவரில் தொங்குகிறது
அவன் விட்டுச்சென்ற சப்பாத்துகள்
காய்ந்து தூசுபடிந்துள்ளன
அவனுடைய கோடைகால வெள்ளை ஷேர்ட்
இன்னும் அலுமாரியில் தூங்குகின்றது
சிதறிக் கிடக்கும் அவனது தாள்கள்
அவன் போய் நெடுநாள் என்பதைச் சொல்கின்றன
ஆனால் அவள் இன்னும் காத்திருக்கிறாள்
அவனது தோல் வார்
இன்னும் அங்கு தொங்கிக்கொண்டிருக்கிறது
ஒவ்வொரு முறையும் பகல் முடிகையில்
ஆடையற்ற இடுப்பைத்தொட அவள் கை நீள்கிறது
சுவரில் சாய்ந்து நிற்கிறாள்

●

ஒரு அதிகாரி

அவனது கை சோப்பு நுரையுடன் விளையாடுகிறது
அதன் மணம் பரவுகிறது
அவனது கை கண்ணாடிமுன் மீசையைச் செப்பனிடுகிறது
அவனது கை நன்கு மினுக்கிய வெள்ளை ஷேர்ட்டிமேல்
பட்டுக் கழுத்துப்பட்டியைச் சரிசெய்கிறது
மேசையில் சீனிக் கோப்பைக்குக் கை நீட்டுகிறான்
இரண்டு கட்டிகளைப் போட்டு
மணக்கும் தேனீரைக் கலக்குகிறான்
அதைக் குடிக்கிறான்
சின்ன மகனையும் மகளையும் முத்தமிடுகிறான்
மனைவியைத் தழுவிக்கொள்கிறான்
அவள் கைப்பையை நீட்டுகிறாள்
'கைக்குட்டை' என்று கேட்கிறான்
ஒரு கண்சிமிட்டலில் மடித்த வெள்ளைக்
கைக்குட்டை அவன் கையில் இருந்தது
அவன் வேலைக்குச் செல்கிறான்
நன்கு பயிற்றப்பட்ட அழகிய ஒரு ஆண்மகன்
மேசையின் பின் கதிரையில் வீற்றிருக்கிறான்
அவனது பணிகளுள் ஒன்று
காதலர்களை
மகிழ்ச்சி மேகங்களிலிருந்து
தூக்குக் கயிற்றுக்கு இட்டுச்செல்வது

•

ஒரு தரிசனம்

எமது வாழ்க்கைக் காலமே, தொடர்ந்து செல்! பேற்றோர்களே,
நமது குழந்தைகளுக்கு அதிக பால் கொடுங்கள்
அவர்களுக்காக முடிந்த அளவு வெளிச்சத்தைத் தயார்படுத்துங்கள்
ஒவ்வொரு தீக்குச்சியையும் அவர்களுக்காகச் சேமியுங்கள்
லாந்தர் விளக்குகளையும் எண்ணெயையும் வைத்திருங்கள்
நம்மைப்பொறுத்தவரை இரவு என்பதன் பொருள்
நெடுங்காலம் இருட்டில் வாழ்வது
●

புறநடை

எல்லாமே வந்துசேர்கின்றன
நதியும் புகைவண்டியும்
ஒலியும் கப்பலும்
வெளிச்சமும் கடிதங்களும்
ஆறுதல்கூறும் தந்திகள்
இரவு உணவுக்கான அழைப்புகள்
ராஜதந்திரப் பொதிகள்
விண்வெளிக் கப்பல்
எல்லாமே வந்துசேர்கின்றன
எல்லாம், ஆனால் என் பாதமோ
என் சொந்த நாட்டை நோக்கி...

●

விடுதலை

என் பாதுகாவலர் அனைவரும்
என்னைக் கைவிட்டுவிட்டனர்
இப்போது என் விடுதலையும் மரணமும்
ஒன்றாகிவிட்டன
•

ஹைரி மன்சூர்
khairi Mansour

ஹைரி மன்சூர், பலஸ்தீனில் தய்ர் அல் குசுன் என்னும் இடத்தில் 1945இல் பிறந்தார். மேற்குக் கரை அகதிமுகாமில் வாழ்ந்தார். எகிப்தில் கல்விகற்ற இவர் 1967ல் மேற்குக் கரையிலிருந்து இஸ்ரேலியரால் வெளியேற்றப்பட்டார். குவைத், பக்தாத், அம்மான் ஆகியவை இவரது புகலிடமாயின. இவரது கவிதைகள் பலஸ்தீன அனுபவத்தை வித்தியாசமான முறையில் பேசுவன. *குருதியின் பாடல்கள்* (1981), *கடல்கள் ஒடுக்கமானவை* (1983) முதலிய கவிதைத் தொகுதிகள் வெளிவந்துள்ளன.

இரண்டு பழைய யுகங்கள்

1
அவன் சிரிக்கும்போது
உதடுகள் வலியால் இரத்தம் சிந்துகின்றன
அவன் அழும்போது
அவனைச் சுற்றியுள்ள எல்லாமே திரவமாகின்றன
அவன் இருப்பான் அல்லது படுப்பான்
அல்லது நீண்ட அறையில் மேலும் கீழும் நடப்பான்
மாலையில் இனிப்பற்ற தேனீர் குடிப்பான்
அலுப்பினால் கொடுப்பைக் கடிப்பான்
தன் மருந்துக்கான நேரத்தை எதிர்பார்த்திருப்பான்
இரவு முழுவதும்
தன்னைச் சுற்றியும் தன் தோள்களிலும் விழுந்துகிடக்கும்
இரத்தம் சொட்டும் பறவைகள் மத்தியில் இருப்பான்
இரவின் முடிவில் கதவைத் திறப்பான்
 – வானத்தில் எத்தனை வெள்ளிகள் எஞ்சியுள்ளன?
  தன் கூடையில் பெண்களுக்காக எத்தனை பழங்கள் எஞ்சியுள்ளன?
அவன் கதவை மூடுகிறான்
தன் பற்களை வெளியே எடுக்கிறான்
ஒரு பாத்திரத்தில் அதை ஊறவைக்கிறான்
அவனது எதிர்காலம் அவனது இறந்தகாலம்தான்
எல்லாப் பருவங்களும் குளிர்காலம்தான்

2
தூங்கப்போகும் முன்
அவள் தன் மோதிரங்களை எண்ணுவாள்
தன் பதக்கங்களை ஒரு மரப் பேழையுள் வைப்பாள்

மஞ்சளாய்ப்போன பழைய கடிதங்களை வாசிப்பாள்
மை பெரிதும் அழிந்துவிட்டது
அவை ஒவ்வொன்றிலும் இந்த வாக்குறுதி:
நான் உன்னை விரைவில் சந்திக்கலாம்
அவளுக்கு எழுபது வயது
அவளது முதல் பதக்கத்துக்கு ஐம்பது வயது
அவளது மோதிரங்கள் ஒருபோதும் கழற்றப்படவில்லை
விரல்கள் வயதால் மெலிந்துவிட்டன
சந்தடி மிக்க அமைதியில்
தூக்க மயக்கத்தில்
ஒரு பழைய கொம்புச் சீப்பை
பல் விழுந்த சீப்பை நினைத்துப்பார்க்கிறாள்
பின் தூங்கிப்போகிறாள்

●

ஒரு காடு

ஆயுதமற்ற காடு
    அதன் கற்கள் கடதாசி
    அதன் புலிகள் வெறும் மாயை
ஆயுதமற்ற காடு
    அதன் மரம்வெட்டி ஒரு எலி
    அதன் சூரிய ஒளி நிழல்கள்
ஆயுதமற்ற காடு
    தண்ணீரில் மூழ்கிய தழலைக் கொண்டிருக்கிறது

மௌன நாயகர்

பாலத்தருகே தூங்கும் ஹோட்டலில்
ஒரு ஈரலிப்பான அறையில்
இரண்டு வாரங்கள் தங்கினேன்
விடியும்வரை ஒரு நாவல் வாசித்துக்கொண்டிருந்தேன்
அது ஒரு ஹோட்டல் அறையில் வாழும்
ஒரு மனிதனைப் பற்றியது
அந்த அறைச் சுவர்கள்
மையால் வண்ணம் தீட்டப்பட்டவை

தண்ணீருள் தூங்கும் ஒரு ஹோட்டலில்
சன்னலற்ற அறையில்
எண்ணற்ற நாட்களை நான் கழித்தேன்
சாகும்வரை ஒரு நாவலை வாசித்துக்கொண்டிருந்தேன்
அதன் கதாநாயகர்கள் மௌனத்தால் ஆக்கப்பட்டவர்கள்
அதன் சம்பவங்களும் மௌனத்தால் ஆனவை
அதன் பாதி அழிந்த தலைப்பு, 'இந்த யுகம்'

●

கவிதை

அது கல்லுக்கான ஒரு மொழி
தன் சொந்தப் பெயரின்கீழ்
அது நிர்வாணமாக உட்கார்ந்திருக்கும்போது
காற்றினால் சரிவில் வீசி எறியப்படும்போது

அது மரங்களுக்கான ஒரு மொழி
அவை பருவகாலங்களால் கைவிடப்படும்போது
அவற்றின் கனிகள் அழியும்போது

அது மழைக்கான ஒரு மொழி
இருவர் ஒரு குடையின் கீழ் அணையும்போது
நடைவழியில் அல்லது லிஃப்ரில் விரையும்போது

அது மக்களுக்கான ஒரு மொழி
 அவர்கள் அழும்போது அல்லது சிரிக்கும்போது
 அவர்கள் உண்மைக்கு உண்மையாய் இருக்கும்போது

ஹைதர் மஹ்மூத்
Haydar Mahmoud

ஹைதர் மஹ்மூத், 1945இல் ஹைஃபாவில் பிறந்தார், எம்.ஏ. பட்ட தாரியான இவர் ஜோர்தானில் உயர்ந்த அரச பதவிகள் வகித்தவர். பல விருதுகள் பெற்றவர். ஐந்து கவிதைத் தொகுதிகள் வெளிவந்துள்ளன. இவரது முழுக் கவிதைகளின் தொகுதி 1990இல் வெளிவந்தது.

பலஸ்தீன ஐயூப்

இளம் ஐயூபை உனக்குத் தெரியுமா?
முன்பு அவன் கடந்துசென்றால்
அது பறவைகளின் திருமணம்போல் இருக்கும்
எம்மத்தியில் மிக அழகானவன் அவன்
வேறு எந்த அரபுத் தாயும்
அவனைப்போல் ஒரு இனியவனைப் பெற்றெடுக்கவில்லை
அவனது கண்கள் ஒரு தீர்க்கதரிசியின் கண்களைப் போன்றவை
அவனது நெற்றி அகன்ற வெளி போன்றது
அவனது கைகள் ஒரு எரிமலைப் பாறைபோல் உறுதியானவை
ஆதரவற்றவர், ஏழைகளின் உதடுகளில்
ஐயூப் ஒரு பாடலைப் போன்றவன்
வாழ்வின் இருண்ட பகுதியிலிருந்து விடுபட
தங்கள் அகமூலவளங்களைத் தேடுவோருக்கு
அவன் வழிகாட்டும் விடிவெள்ளியானான்

ஆனால் ஐயூபின் வாழ்வு
அவன் குடும்பத்தினால் வேண்டப்பட்டது
அவர்கள் தங்கள் தாங்கிகளை இழுத்துக்கொண்டு
அவனது துன்புறும் உடலுக்குமேலால்
அணிவகுத்துச் சென்றனர்
அவன் அவர்களிடம் தோற்றான்!

ஓ எத்தகைய வீரனை அவர்கள் இழந்தனர்
நாடுகடத்தப்பட்ட எல்லா இடங்களும்
இப்போது அவன் இல்லமாகின
நாடுகடத்தப்பட்ட ஒரு இடத்திலிருந்து

195

பிறிதொரு இடத்துக்கு அவன் கையளிக்கப்பட்டான்
சிறைச்சாலை இல்லாத ஒரு சிறைக்கைதி!
அவன் மார்பு எதிரியின் அம்பிலிருந்து தப்பினால்
அவனது உறவினரின் ஏராளமான கத்திகள்
அவனது முதுகில் பாயும்
அவர்களுக்கு அவன் உயிருடன் வேண்டும்,
ஆனால் உயிர்ப்பு இல்லாமல்
அவர்களுக்கு அவன் சாக வேண்டும்,
ஆனால் புதைக்கப்படக் கூடாது
அவனது துயரம் திறந்திருக்கவேண்டும் என்பதற்காக
பேரங்கள் நிறுத்தப்பட்டன

ஓ, ஐயூபின் பொறுமையே,
இந்தக் காலங்களில் தாக்குப்பிடிக்க
தளரா உறுதியை எமக்கு வழுங்கு
பைத்தியத்தினால் மட்டுமே
இந்த உலகத்தைக் காப்பாற்ற முடியுமென்று
நான் பிரகடனம் செய்கிறேன்
எனது நகங்கள்
எனது சொந்தத் தசையைப் பிய்க்கட்டும்
எனது தேவதைகள் பிசாசுகளாகட்டும்
புதியகாற்று விரைவில் வீசும் என்று நான் பிரகடனம்செய்கிறேன்

●

(ஐயூப் பொறுமையும் சகிப்புத் தன்மையும் மிக்க ஒரு தீர்கதரிசி. பைபிளில் இவர் யோபு எனப்படுகிறார். இங்கு பலஸ்தீனர் ஐயூபுடன் ஒப்பிடப்படுகின்றனர்.)

ஹனான் மிக்காயில் அஷ்றாவி
Hanan Mikhail Ashrawi

ஹனான் மிக்காயில் அஷ்றாவி, 1946இல் ஒரு பிரபல மான பலஸ்தீன கிறித்தவ குடும்பத்தில் பிறந்தவர். பெய்ரூத் அமெரிக்கப் பல்கலைக் கழகத்தில் ஆங்கில இலக்கியம் கற்ற இவர், அமெரிக்க வெர்ஜினியா பல்கலைக் கழகத்தில் டாக்டர் பட்டம் பெற்றார். பலஸ்தீன விடுதலை இயக்கத்தில் தீவிரமாக ஈடுபட்ட இவர், பலஸ்தீன இராசதந்திர குழுவிலும், இந்திபாதா அரசியல்  குழுவிலும் இணைந்து செயற்பட்டார். 1991இல் மத்திய கிழக்கு சமாதானப் பேச்சு வார்த்தையின்போது பலஸ்தீனக் குழுவின் அதிகார பூர்வ பேச்சாளராக யாசிர் அரபாத்தால் இவர் நியமிக்கப்பட்டார். பலஸ்தீனப் பேச்சாளர் என்ற வகையில் சர்வதேச ரீதியில் பிரபலமும் முக்கியத்துவமும் பெற்றவர் இவர். பலஸ்தீன அமைச்சரவையில் உயர்கல்வி மற்றும் ஆராய்ச்சி அமைச்சராகவும் பணியாற்றியுள்ளார். ஆங்கிலத்திலும் அரபு மொழியிலும் எழுதும் ஒரு முக்கிய பலஸ்தீனப் பெண் கவிஞரான இவர் அரபுக் கவிதைகளை ஆங்கிலத்தில் மொழி பெயர்த்தும் இருக்கிறார்.

கிட்டத்தட்ட நான்கு வயதுச் சிறுமி ஒருத்தியின் நாட்குறிப்பில் இருந்து

நாளை கட்டை அவிழ்ப்பார்கள்
எனக்கு யோசனையாக இருக்கிறது
எஞ்சியிருக்கும் என் ஒற்றைக் கண்ணால்
ஆப்பிள் பழத்தின் ஒரு பாதியை மட்டும்
தோடம் பழத்தின் ஒரு பாதியை மட்டும்
என் தாயின் பாதி முகத்தை மட்டும்தான்
என்னால் பார்க்க முடியுமா?

துப்பாக்கிக் குண்டை நான் பார்க்கவில்லை
என் தலைக்குள் வெடித்த
அதன் வலியை மட்டுமே உணர்ந்தேன்
பெரிய துப்பாக்கியுடன்
நடுங்கும் கைகளுடன்
கண்களில் ஒரு வெறித்த பார்வையுடன்
அந்த ராணுவ வீரன்
என் மனதில் அழியாதிருக்கிறான்
அதைத்தான் என்னால் புரிந்துகொள்ள முடியவில்லை

என் மூடிய கண்களால் இவ்வளவு தெளிவாக
அவனைப் பார்க்க முடியுமென்றால்
எங்கள் தலைகளுக்குள்ளே
நாம் இழக்கும் கண்களை ஈடுசெய்ய
இன்னும் ஒரு சோடிக் கண்கள் உள்ளன போலும்

அடுத்த மாதம் என் பிறந்த நாளுக்கு
முற்றிலும் புதியதோர் கண்ணாடிக் கண்
எனக்குக் கிடைக்கும்

சிலவேளை பொருட்கள் நடுவில் தடித்தும்
வட்டமாயும் தெரியக்கூடும்
நான் விளையாடும் கண்ணாடிக் குண்டுகள் ஊடே
உற்றுப் பார்த்திருக்கிறேன்
அவை உலகத்தை விநோதமாய்க் காட்டும்

நான் கேள்விப்பட்டேன்
ஒன்பது மாதக் குழந்தை ஒன்றும்
ஒற்றைக் கண்ணை இழந்ததாக

என்னைச் சுட்ட ராணுவ வீரன்தான்–
தன்னை உற்றுப் பார்க்கும்
சின்னஞ் சிறுமிகளைத் தேடும்
ஒரு ராணுவ வீரன் தான்–
அவளையும் சுட்டானோ என்று
எனக்கு யோசனையாக இருக்கிறது

நானோ வளர்ந்தவள்
கிட்டத்தட்ட நாலு வயது
போதிய அளவு நான்
வாழ்க்கையைப் பார்த்துள்ளேன்
ஆனால் அவளோ சின்னக் குழந்தை
எதுவும் அறியாச் சின்னக் குழந்தை

●

(றஷா ஹெவ்சிய்யே 1988 மார்ச் மாதத்தில் ஒரு கண்ணை இழந்தாள். இஸ்ரேல் வீரன் ஒருவன் றப்பர் குண்டுகளால் சுட்டபோது அவள் கண்ணை இழக்க நேர்ந்தது. அச்சமயம் றமல்லாவுக்கு அண்மையில் உள்ள அல்–பிறெஹ் என்ற ஊரில் தன் பாட்டியின் வீட்டு மாடியில் றஷா நின்றுகொண்டிருந்தாள். அச்சமயம் அதே போன்று வேறு இரண்டு குழந்தைகளும் (இருவரும் 9 மாத வயது உடையவர்கள்) ஒவ்வொரு கண்ணை இழந்தனர். இன்ரிபதா இயக்கத்தின் ஏழாவது மாதத் தொடக்கத்தில் சுமார் 40 பேர் இதேபோல் பாதிக்கப்பட்டனர்).

புதைத்துக் கொல்லுதல்

இந்த இடம்
நடுகைக்கு ஏற்றதல்ல

இங்கு நிலம் காய்ந்து
வரண்டு தரிசாய் உள்ளது
காய்ந்த இலைகளின் ஊசி முனைகள்
கீறி விறாண்டுகின்றன

நான் கண்களை மூடுகிறேன்
புழுதி என் தொண்டையை அடைக்கிறது
நிலம் இவ்வளவு பாரமாய் இருக்குமென்று
நான் ஒருபோதும் நினைத்ததில்லை

சிலவேளை எனது கரம் ஒன்றை
நான் வெளியே நீட்டக் கூடும்
ஒருநாள் என் புதைகுழியைக்
கடந்து செல்லும் ஒருவன்
பின்னிரவு வேளைகளில் காட்டப்படும்
திகில் படங்களில் வருவதுபோல்
உயிரற்ற ஒரு கையை
விரல்கள் பாதி சுருண்டு
விரிந்த ஒரு உள்ளங் கையைக்
கண்டு அலறுவான்

அன்று நான் சாகவில்லை
வேறு எதுவோதான் செத்தது

தன் இருளின் அறிவை
நொதிக்க விட்டவாறு
அழுகி நாறும் புதைகுழியில்
அது இன்னமும் கிடக்கிறது

●

(1988 பிப்ரவரியில் நப்லஸுக்கு அண்மையில் உள்ள சலீம் என்ற கிராமத்தைச் சேர்ந்த இசாம் ஷபீக் இஷ்தையே, அப்துல் லத்தீப் இஷ்தையே, முஹ்சின் ஹம்துன், முஸ்தபா அப்துல் மஜீத் ஹம்துன் ஆகிய நான்கு இளைஞர்களை இஸ்ரேல் ராணுவத் தினர் உயிருடன் புதைத்தனர். படையினர் சென்றபின் கிராமவாசிகள் அவர்களின் சடலங்களைத் தோண்டி எடுத்தனர்).

உருமாற்றம்

யாசர் சுடப்பட்ட அன்று பகல்
அவனது தாய் கல்லானாள்
அவனது தற்காலிக கபன் சீலையான கொடியினல் போர்த்தப்பட்டு
ஆளற்ற நகரச் சதுக்கத்தில்
அவள் தனது தளத்தைப் பிடித்திருந்தாள்
ஒவ்வொரு சில்லிட்ட உதயத்திலும்
– தன் தோட்டத்து மல்லிகை முல்லை
ரோஜாப் பூக்களாலான –
ஒரு கைவிளக்கைப் பிடித்திருந்தாள்
தங்கள் இரவுக்காவலிலிருந்து திரும்பிவரும்
குழம்பிப்போன சிப்பாய்கள்
பனிப் புகாரில் எங்கோ பார்த்த
ஒரு சிலையை நினைவூட்டும்
ஆவி உருவைக் கண்டு அதிசயித்தனர்

ரஜா சுடப்படுவதற்கு முந்திய இரவு
விளக்குகள் அணைந்தன
அவனது தாய்
சகுனம் பற்றிய தன் மூட நம்பிக்கை தரும் பயத்தினால்
கோபத்துடன் முணுமுணுத்தபடி
விளக்கைப் பற்றவைத்தாள்
மறுநாள் தியாகிகள் சுவரில்
அவசரமாக எழுதப்பட்ட ஒரு பெயர்

அவள் கண்முன்னே
அவனது உண்மையை வெளிப்படுத்தியது
அவள் கையை நீட்டி
அவனது இன்மையைத் தொட்டாள்
தன் இருண்ட, நிரம்பிய கருப்பையைத்
துளைத்து வழித்தெடுத்தாள்
எஞ்சியிருந்த சிறிதையும் இல்லாதொழித்தாள்
பின் அமைதியாக,
இரவை ஊடறுக்கும் ஒரு பார்வையாக உருமாறினாள்
●

சல்மா கத்றா ஜய்யூசி

Salma Khadra Jayyusi

ஜோர்த்தானில் பிறந்த சல்மா கத்றா ஜய்யூசி தன் சிறு பிராயத்தை அக்றேயிலும் ஜெருசலேத்திலும் கழித்தவர். பெய்ரூத் அமெரிக்கப் பல்கலைக் கழகத்தில் அறபு, ஆங்கில மொழிகளைப் பயின்ற இவர், லண்டன் பல்கலைக்கழகத்தில் அறபு இலக்கியத்தில் டாக்டர் பட்டம் பெற்றவர். பல்வேறு அறபு, அமெரிக்கப் பல்கலைக்கழகங்களில் பேராசிரியையாகப் பணிபுரிந்த ஜய்யூசி ஆசிரியத் தொழிலைக் கைவிட்டு 1980இல் PROTA (Project of Translation from Arabic Literature) என்னும் அமைப்பை நிறுவினார். அந்நிறுவனம் இதுவரை 15 நூல்களை வெளியிட்டுள்ளது. *Trends and Movements in Modern Arabic Poetry* என்ற இவரது நூல் 1977இல் இரு தொகுதி களாக வெளிவந்துள்ளது. இவர் ஆங்கிலத்தில் தொகுத்து வெளி யிட்ட *Anthology of Modern Palestinian Literature* (1992) என்னும் நூல் பலஸ்தீன இலக்கியத்தை அறிந்துகொள்ள விரும்புவோர்க்குப் பெரு விருந்தாகும். இப்போது பலஸ்தீனக் கவிதைகள் மூன்றாம் பதிப்பில் இடம்பெற்றுள்ள அனேக கவிதைகள் இவரது தொகுதியிலிருந்து தெரியப்பட்டவை என்பது குறிப்பிடத்தக்கது.

1968 ஜூன் 5

கடந்த ஜூன்
என் இதயத்தின் இறுதி நாளத்தையும்
வெட்டிவிட்டது

என் மரணத்தைப் பற்றிக்
கேள்விப்பட்டிருக்கிறாயா?
வெட்கப்படத்தக்க எனது இறுதிச்சடங்கு பற்றிக்
கேள்விப்பட்டிருக்கிறாயா?

இறந்தவர்கள் தெருவில் பிறந்தவர்கள்
என்று அறிவிக்கப்பட்டு
பின் புதைக்கப்பட்டதுதான்
இதில் வேடிக்கை

இளமைக் கனவுகள் போல
சவப் பெட்டியும் தொலைந்து போகட்டும்
என்றே நான் விரும்புகிறேன்

எனது மரணத்தைப் பற்றிக்
கேள்விப்பட்டிருக்கிறாயா?
அந்த நச்சுக் கோப்பையைப் பற்றி
மரணத்தின் மீது காதல் கொண்ட அந்த மரணத்தைப் பற்றிக்
கேள்விப்பட்டிருக்கிறாயா?

ஆம் நீ கேள்விப்பட்டிருக்கிறாய்
அவர்கள் அவனை என்னருகே கிடத்துகையில்
என்னைப் புதைப்பதை
உனது சவச்சாலைப் பொறுப்பாளி
பார்த்துக் கொண்டிருந்தான்

●

லைலா அல்லூஷ்
Laila Allush

1948இல் பிறந்த லைலா அல்லூஷ் ஓர் இஸ்ரேல் பிரஜையாகவே வாழ்ந்து வருகிறார். தன் சொந்த நாட்டிலேயே இரண்டாந்தரப் பிரஜையாக வாழ்ந்துவரும் இவருடைய கவிதைகள் ஆக்கிரமிப்பின் அனுபவங்களைப் பேசுவன. *திறந்த காயத்தின் மீது வாசனைத் திரவியங்கள்* (1971) *வறட்சியான ஆண்டுகள்* (1972) முதலிய கவிதைத் தொகுதிகள் வெளி வந்துள்ளன.

ஒரு புதிய படைப்பு

நான் ஜூனில் பிறந்தேன்

அதனால்தான்
என் கண் இமைகள்
முட்களால் அடையாளம் இடப்பட்டுள்ளன

அதனால்தான்
நான் என் கண்களில் இருந்து
வேதனை மிகுந்த இரவை அகற்ற
உதயத்திற்காய் காத்திருக்கிறேன்

நான் ஜூனில் பிறந்தேன்

அதனால்தான்
என் பெயரை மாற்ற
அலுகோசு முயன்றுகொண்டிருக்கிறான்
அவன் தன் மீசையை நறுக்கிக்கொண்டு
என் சிறையின் வெடிப்புகளைக் காவலிடுகிறான்
என் தசையினைப் புசிக்க
வேட்கைகொண்டலையும்
விலங்குகளுக்காக
திறந்தவெளியை விட்டுவைத்திருக்கிறான்

நான் பிறந்தது ஜூனில்
அதனால்தான் அவர்கள்
திருடிய என் உடைகளாலும்
என் சப்பாத்துகளாலும்
என் கோட்டினாலும்

ஓராயிரம் வெருளிகளை உருவாக்கி
நஞ்சூட்டிய அம்புகளை அவற்றுள் செருகி
என் நிலம் எங்கும் நட்டுவைத்துள்ளனர்
என் பாட்டனின் வாளை ஒளித்துவைத்துள்ளனர்
அவரின் எச்சங்களை
என் கண் எதிரே விலைகூறி விற்கின்றனர்

ஜூனில் நான் பிறந்தேன்
நான் மீண்டும் ஜூனிலே
உயிர்பெற்று வந்தேன்

அதனால்தான்
உதயத்துக்காகக் காத்திருக்கிறேன்
நரம்புகளோடும்
தசையோடும்
கண்களோடும்
காத்திருக்கிறேன்

அதனால்தான்
இன்னும் நான்
குழந்தைகளைப் பெறுகிறேன்
சித்திரவதை இரவில்
விலங்குகளிடம் இருந்து
என் உணவைப் பாதுகாக்கிறேன்

மேலும் அதனால்தான்
என் பண்டைக்கால ஒலிவம் கிளை
படைப்பின் நடுக்கத்தினால்
இருபது ஆண்டுகளின் பின்
என் கையில்
ஒரு நெருப்புச் சவுக்காக மாறி
மீண்டும் விழிப்புற்று எழுந்தது

●

அப்துல்லா றத்வான்
Abdullah Radwan

அப்துல்லா றத்வான், 1949இல் ஜெரிக்கோவில் பிறந்தார். அவரது இளமைக்காலம் ஜோர்தானில் உள்ள அகதிமுகாம்களில் வறுமையில் கழிந்தது. ஆயினும் ஜோர்தான் பல்கலைக்கழகத்தில் படித்துப் பட்டம் பெற்றார். ஜோர்தானிலேயே வாழும் இவர் முக்கியமான பலஸ்தீனக் கவிஞர்களுள் ஒருவராகக் கருதப்படுகிறார்.

உருச்சிதைவு

என் அன்பே,
இரவு இங்கு உருச்சிதைந்துள்ளது
காதல் உருச்சிதைந்துள்ளது
மரணமும் உருச்சிதைந்துள்ளது
கடவுள் –
கடவுள் கூட உருச்சிதைந்துள்ளார்!
இருப்பினும் நீ என் வாழ்க்கைக் கதையைக் கேட்கிறாய் –
அன்பே எனக்கு வாழ்க்கையே இல்லையே!

ஏனெனில் அன்பே,
ஒரு உருச்சிதைந்த இரவில்
ஒரு கூடாரத்தில்,
ஒரு உருச்சிதைந்த நேரத்தில் நான் பிறந்தேன்.
ஏனெனில், என் குடும்பத்தில்
என் கூடாரத்தில்
நான் உருச்சிதைந்து வளர்ந்தேன்.
ஏனெனில் ஒரு உருச்சிதைந்த சமூகத்தில்
நான் காதலித்தேன்
அதனால்தான் உருச்சிதைந்தவனாக
நீ என்னைப் பார்க்கிறாய்

●

சிறுவர்களுக்கு

இந்த நாடு
மரண அலைகளின் கீழ் வருந்துகிறது
யார் இதனை மீழ் உருவாக்க முடியும்?
சூரியனின் காதலை
இந்தத் தேசத்தின் காதலை
நமக்கு யார் திருப்பித் தர முடியும்?
இரவைப்போன்ற இருண்ட இந்த அச்சத்தை
யார் புதைக்க முடியும்?
என் நாட்டின் சின்னஞ் சிறுவர்களைத் தவிர
வேறு யார்?

●

நீதான் அனைத்தும்
(பலஸ்தீனுக்காக)

உன்னுள் ஒரு தாயை,
ஒரு சகோதரியை,
ஒரு மனைவியை நான் பார்த்தேன்
உன்னுள் என் குடும்பத்தைப் பார்த்தேன்
உன் இதழ்களில் குலக்குழுவின்
அன்பும் அரவணைப்பும் இருந்தது
   பல ஆண்டுகளுக்கு முன் இறந்த
   ஆனால் இப்போது உன் கையிலுள்ள
   ஒரு குழந்தைபோல் வளர்கிற
   ஒரு இதயத்தின் கதையை அது சொல்கிறது.

நயொமி ஷிஹாப் நியே
Naomi Shihab Nye

நயொமி ஷிஹாப் நியே, 1952இல் ஜெருசலெத்தில் பிறந்தார். இவரது தந்தை ஒரு பலஸ்தீனர், தாய் ஒரு அமெரிக்கர். ஆங்கிலத்தில் எழுதும் இவர் ஒரு சிறந்த மொழிபெயர்ப்பாளருமாவார். இவரது மூன்று கவிதைத் தொகுதிகள் வெளிவந்துள்ளன. கவிதைக்கான பல விருதுகள் பெற்றுள்ளார். இப்போது அமெரிக்காவில் வாழ்கிறார். இவரது உறவினர்கள் இன்னும் இஸ்ரேலால் கைப்பற்றப்பட்ட மேற்குக் கரையிலேயே வாழ்கின்றனர்.

அப்பாவும் அத்திமரமும்

வேறு பழங்கள் என் அப்பாவுக்கு ஒரு பொருட்டே அல்ல
செர்ரி மரங்களைக் கண்டால் சொல்வார்:
'பார் அவற்றை? அவை அத்தி மரங்களாய் இருந்திருக்கலாம்'

மாலை வேளைகளில் அவர் என் கட்டிலில் அமர்ந்து
அழகிய சின்னத் துப்பட்டிகள் பின்னுவதுபோல
கதைகள் பின்னுவார்
அவற்றில் ஒரு அத்திமரம் எப்போதும் இருக்கும்
பொருத்தமில்லாவிடினும் அவர் ஒன்றைக் கொண்டுவந்துவிடுவார்:
ஒருமுறை ஜோஹா வீதியில் செல்லும்போது
ஒரு அத்திமரத்தைக் கண்டார்
அல்லது, அவன் தன் ஒட்டகத்தை
அத்திமரத்தில் கட்டிவிட்டுத் தூங்கினான்
அல்லது அவர்கள் அவனைக் கைதுசெய்தபோது
அவனது சட்டைப்பை நிறைய அத்திப் பழங்கள் இருந்தன

ஆறு வயதில் ஒரு அத்திப்பழ வற்றலைச்
சாப்பிட்டுவிட்டு முகத்தைச் சுழித்தேன்
'நான் சொல்வது அதைப்பற்றி அல்ல' என்றார் அவர்
'நான் சொல்வது மண்ணில் இருந்து நேரே வளர்ந்த அத்திமரம் பற்றி
– அது அல்லாஹ்வின் கொடை –
பாரத்தால் அதன் கிளை பூமியைத் தொடும்
நான் சொல்வது உலகத்திலேயே மிகப் பெரிய,
மிகக் கொழுத்த, மிக இனிப்பான
அத்திப் பழத்தைப் பறித்து என் வாயில் போடுவது பற்றி'
(இங்கு அவர் நிறுத்தி தன் கண்களை மூடிக்கொள்கிறார்)

ஆண்டுகள் கடந்தன
நாங்கள் பல வீடுகளில் வாழ்ந்தோம்

எங்குமே அத்திமரங்கள் இருக்கவில்லை
எத்தனையோ மரங்கள் இருந்தன
அத்திமரம் மட்டும் இல்லை
'ஒன்றை நடுங்களேன்!' என்றாள் அம்மா
ஆனால் அவர் நடவில்லை
அரைமனதாக அவர் தோட்டம் செய்தார்
நீரூற்ற மறந்தார்
வெண்டியை முற்றவிட்டார்
'எத்தகைய கனவு காண்பவர் இவர்,
பார், எவ்வளவோ தொடங்குகிறார்
ஒன்றையும் முடிப்பதில்லை'

கடைசித்தடவை அவர் உணர்ச்சிவசப்பட்டார்
எனக்கு ஒரு தொலைபேசி அழைப்பு வந்தது
நான் முன்பு கேட்டிராத ஒரு பாடலை
அப்பா அரபியில் இசைத்தார்
'அது என்ன?' என்றேன் நான்
'அவசரப்படாதே நீ பார்க்கும்வரை'
அவர் பின்புறம் புதிய தோட்டத்துக்குக் கூட்டிச்சென்றார்
அங்கே டல்லாஸ் ரெக்சாஸ்களுக்கு மத்தியில் ஒரு மரம்,
உலகின் மிகப் பெரிய, மிகக் கொழுத்த,
மிக இனிப்பான அத்திப் பழங்களுடன்.

எப்போதும் தனக்குச் சொந்தமான ஒரு உலகின்
உறுதிமொழி போன்ற, பழுத்த ரோக்கன் போன்ற,
இலச்சினைகள் போன்ற
தன் பழங்களைப் பறித்துக்கொண்டே அவர் சொன்னார்:
'அதுதான் அத்தி மரப் பாடல்'

•

கஸ்ஸான் சக்தன்
Ghassan Zaqtan

கஸ்ஸான் சக்தன், பெத்லெஹெம் அருகே உள்ள ஒரு கிராமத்தில் 1954இல் பிறந்தார். 1967–1976க்கு இடைப் பட்ட காலத்தில் ஜோர்தான் ஆற்றின் கிழக்குக் கரையி லுள்ள ஒரு அகதி முகாமில் வாழ்ந்தார். 1967இல் இவரது குடும்பம் ஜோர்தானுக்கு இடம்பெயர்ந்தது. அங்கு அவர் தன் இடைநிலைக் கல்வியையும் ஆசிரிய பயிற்சியையும் பெற்றார். சில ஆண்டுகள் பெய்ரூத்தில் வாழ்ந்தார். பெய்ரூத் முற்றுகையின் போது இவர் ரியூனிஸ்ஸுக்கு இடம் பெயர்ந்தார். அங்கு அல்– பயாதிர் என்ற இலக்கிய இதழின் ஆசிரியராகப் பணிபுரிந்தார். இவரது ஐந்து கவிதைத் தொகுதிகள் வெளிவந்துள்ளன. இளம் தலைமுறையைச் சேர்ந்த முக்கிய கவிஞர்களுள் ஒருவராகக் கருதப்படுகிறார். இவரது கவிதை மொழியில் நவீனத்துவத்தின் செல்வாக்கு அதிகம் என விமர்சகர்கள் கருதுகின்றனர்.

ஒரு சம்பவம்

ஆற்றில் ஒரு கை அசைவதைக் கண்டேன்
அது மறையுமுன் சற்று நடுங்கியது,
எதையோ அழித்தது –
காற்றின் ஒரு சுவடு,
நறுமலரின் மணம்,
விரல்கள் தொடர்ந்தும் அசைந்தன, பலமிழந்தன,
மேற்பரப்பில் விரக்தியின் சொற்களை வரைந்தன
பின் மிகவும் சோர்ந்து கீழே அமிழ்ந்தன.
நீரின் அடியில் இருக்கையில்
தனியே நாம் எப்படி மகிழ்வுறுகிறோம்!
மூழ்கிய வேட்கை வனங்கள்
தோற்றோரின் மாநிலம்

ஒரு கண்ணாடி

பேரழிவுச் சுழலில்
இரண்டு முகங்கள் பெரிதாகத் தோன்றுகின்றன –
என் தந்தையும் அவரது குதிரையும்.
நாம் கைப்பற்றப்போகும் ஒரு சிறு சந்திரன்
எமது வீட்டுக்குமேலே மிதந்து செல்கிறது
எமது இளம்பருவத்தை நாம் மீண்டும் பெறுவோமெனில்
சிறிது நேரம் எம் கைகளுக்கிடையே
அந்த நிலவை நாம் சிறைவைத்திருப்போம்
பின் எமது இதயம் திறக்கும்போது
அதனைப் பறக்கவிடுவோம்

யூசுப் அப்துல் அஸிஸ்
Yusuf Abdul Aziz

யூசுப் அப்துல் அஸிஸ், 1956இல் ஜெருசலெத்தில் பிறந்தார். பெய்ரூத் அரபுப் பல்கலைக்கழகத்தில் படித்துப் பட்டம்பெற்றவர். ஜோர்தானில் ஆசிரிய பயிற்சிக் கல்லூரியில் ஆசிரிய பயிற்சியும் பெற்றார். இளம் தலைமுறையைச் சேர்ந்த ஒரு முக்கியமான பரிசோதனைக் கவிஞராகக் கருதப்படுகிறார். இவரது பல கவிதைத் தொகுதிகள் வெளிவந்துள்ளன.

பயணி

அவன் ஸ்ரேசனுக்கு வருவான்
ஒரு பயணச் சீட்டு வாங்குவான்,
பின் போய்விடுவான்
கடலருகே உணவு விடுதிகளின்
கண்சிமிட்டாச் சூரியனை,
அல்லிமலர் போன்ற பெண்ணை கனவுகாண்பான்

    அமைதியான ஒரு சன்னலருகே
    கட்டிலில்
    அவளது முத்தத்தைப் பருகுவான்

மாலை இருளில் கடல் தன் அலைகளைச் சேகரிப்பதுபோல்
எப்போதும் அவன் தன் நாட்களைச் சேகரித்தான்
அவற்றை அவன் கூர்ந்து கவனித்தான், பின்
இனந்தெரியாத் தரிப்பிடங்களுக்குப் பயணித்தான்
    – நீ சரியான பயணத் திகதியைக் கண்டுகொண்டாயா?
    – இல்லை, நதியைத் தன் மூலத்திலிருந்து வெட்டிப்பிரித்த
    வீதியைத்தான் நான் கண்டேன்

●

வீடு

அவளை நான் தற்செயலாகச் சந்தித்தபோது
அவளது இதழ்களும் ஆடையின் சரிகையும் கதிர்வீசின
என் விலா எலும்புகளிலிருந்து
ஒரு மலரைப் பறித்துக்கொண்டு
அவள் தன் ஊற்றுமூலத்துக்குப் பறந்தாள்
அங்கே அதன் ஒளிரும் பட்டிலிருந்து
தன் வீட்டைக் கட்டினாள்

நான் அவளை முத்தமிட்டபோது
கடவுளின் திறந்த தேசத்தின் ஊடே ஒளிர்ந்தவாறு
ஒரு மான் குட்டிபோல் துள்ளி ஓடினாள்
நான் கேட்டேன்:
'நீர்க் குதிரையே யார் நீ?'
அவள் சொன்னாள்:
'நான் அரசி'

நான் அவளைத் தழுவியபோது
தன் அலைகளால் அவள் என்னை மூழ்கடித்தாள்
என் ஆன்மாவின் நட்சத்திரங்களை ஒளியூட்டினாள்
நான் கேட்டேன்:
'ஊதாப் புவே யார் நீ?'
அவள் சொன்னாள்:
'நான் இசைக் குயிலின் உதயகாலம்,
முத்தங்களின் பால்'
அவளை இனிமையாகத் தழுவி
என் சடங்கு வழிபாட்டை நிகழ்த்தியபோது,
அவள் என் ஊடே,
என் ஒவ்வொரு நாளத்தின்,
அணுவின் ஊடே
ஒரு புயலெனப் புகுந்தாள்
என் இறந்த உடலை
வாழ்வின் இல்லமாக உயிர்ப்பித்தாள்

●

ஓய்வு இடம்

இப்பிந்திய வேளையில்
வானம் சுவர்க்க அமைதி கசிகையில்
அனைத்தும் படுக்கையில் கிடக்கையில்:
போராளி தன் விடுதலைக் கனவில்,
நிலவு தன் முகில்களின் தலையணையில்,
காதலன் தன் பெண்ணின் அலைகளில்
துயில்கையில்
நான், கவிஞன், எங்குதான் ஓய்வு காண்பேன்?

●

ஒரு பாடல்

முதலாவது கல்லின் குரலிலிருந்து
பாடகர்களின் ரோசா மலரிலிருந்து
மலை ஊற்றிலிருந்து
ஒரு பெண் எழுந்தாள்
ஒரு ஈட்டிபோல் என் இதயத்தைத் துளைத்தாள்
பின் தொலைவில் எங்கோ மறைந்தாள்

திராட்சை ரசம், தேன் போன்ற ஒரு பெண்...
கடவுளின் கரம்போல் என்னை நிலைகுலைவித்தாள்
நான் என் மரணத்தைத் தழுவினேன்
பூமி குருதியில் நனைவதை,
படுகொலையின் அண்டாவில்
பறவைகள் சுருண்டு விழுவதைப் பார்த்தேன்
தன் தனி அமைதியில் இருந்து கடல் எழுவதை
மரத்தின் நாளங்களினூடு நெருப்பு கசிவதைப் பார்த்தேன்

ஒரு பெண், கண்களின் பெருமதிமிக்க ஒளி...
பூமி அவளை ஜூன் மாதத்தில் பெற்றெடுத்தது
அவள் என்னை நோக்கித் தன் கைகளை நீட்டினாள்
தோல்வியின் வாசலில் நாங்கள் தழுவிக்கொண்டோம்
எல்லாத் திசைகளிலும் போராளிகளைப் பிறப்பித்தோம்.

சுஹைர் அபு ஷயிப்
Zuhair Abu Shayib

சுஹைர் அபு ஷயிப் 1958இல் தயிர் அல் குசுன் என்னும் பலஸ்தீனக் கிராமத்தில் பிறந்தார். ஜோர்தான் யர்முக் பல்கலைக் கழகத்தில் பயின்று அரபு இலக்கியத்தில் பட்டம்பெற்றார். ஓவியம் எழுத்தணிக்கலை ஆகியவற்றிலும் ஆர்வம் உள்ளவர். இரண்டு கவிதைத் தொகுதிகள் வெளிவந்துள்ளன. இளந்தலைமுறையைச் சேர்ந்த முக்கிய மான பலஸ்தீனக் கவிஞர்களுள் ஒருவராகக் கருதப்படுகிறார்

உயிர்த் தியாகி

வயல்வெளியில்
ஒளிரும் அவனை அவர்கள் கண்டனர்
அவனது கைகளை அவர்கள் உயர்த்தியபோது
அவற்றுக்குக் கீழே இருந்த புற்கள்
இதயங்களாக மாறியிருந்தன

அவனது சட்டைக் கைகளின் அடியில்
கோதுமைத் தாழ்கள் பூத்திருந்தனவாம்
அவனது குருதியை பறவைகள்
அவனது உறவினர்களிடம் கொண்டுசென்றனவாம்

எரிமலைகளுடன் அவன் திரும்பிவருவான்
தன் தாயின் மார்பகங்களை மீண்டும் நிரப்புவான்

வெளிச்சம்போல் பச்சை நிறத்தில்
அவர்கள் அவனைக் கண்டபோது
ரோஜா இதழ்களால் அவனை மூடினர்
வானத்தை விரித்து அவனை வளர்த்தினர்
சூரியனை அவனது தலையணையாக்கினர்

சங்கீதம்

ஆ! நான் பேசாத வார்த்தைகள்
என்னைத் துன்புறுத்துகின்றன
நான் பேசிய வார்த்தைகளும்
என்னைத் துன்புறுத்துகின்றன
பிறரது வாய்களிலுள்ள என் சொந்தச் சொற்களும்
என்னைத் துன்புறுத்துகின்றன
ஆ! என் குரல் எப்படி வெடித்துப் பிரிகிறது
காற்று எப்படி என் பாடலை நிறுத்துகிறது!

அமினா கசக்

Aminah Kazak

ஆங்கிலத்தில் எழுதும் பலஸ்தீனக் கவிஞர் அமீனா கசக் 1960இல் நியூஸிலாந்தில் பிறந்தவர். தற்போது அவுஸ்திரேலியாவில் வாழ்கிறார். நியூஸிலாந்துப் பல்கலைக்கழகத்தில் அரசறிவியல் துறையில் பட்டம் பெற்ற இவர், இசை, ஓவியம், எழுத்தணிக் கலை ஆகிய வற்றிலும் ஆர்வம் உடையவர்.

நாடு கடத்துதல்

அவர்கள் என்னைப் பிடிக்க வருமுன்
நான் என் குரலை எடுத்து
உதயத்தின் கீழ் மறைத்து வைத்தேன்

ஆகையால்
இரத்தம் ஒழுகும் என் வாயை
என் முறிந்த கைகளை
பார்வையற்ற என் விழிகளை மட்டுமே
அவர்கள் கண்டுபிடித்தனர்
ஏமாற்றத்தை வளர்த்துக் கொண்டு
என் நாட்டின் ஒவ்வொரு மூலைக்கும்
அவர்கள் சென்றனர்

என் குரலின் ஓசை இடிமுழக்கம் போல
அவர்களின் தலைகளைப் பிளந்தது
அவர்களின் நாளங்களின் ஊடே
எனது துயரம் பீறிட்டுச் சென்றது

பின்னர்
இரத்தம் ஒழுகும் என் வாயை
என் முறிந்த கைகளை
பார்வையற்ற என் விழிகளை எடுத்து

உலகின் விழிம்புக் கப்பால்
வீசி எறிந்தனர்

ஆகையால் அவர்களிடம் நான்
என் குரலை விட்டுச் சென்றேன்

அது என் தாய் நாட்டின் மீதான
காதல் பாடல்களைப் பாடுகிறது

ஒருபோதும் அவர்களால்
அதைப் புரிந்துகொள்ள முடியாது
தழுவிக்கொள்ள முடியாது
உரிமைகொள்ள முடியாது

•

ஆயிஷாவுடன் என் கடைசிநாள்

இப்போது எனக்கு நினைவிருப்பதெல்லாம்
நாங்கள் பேசாத சொற்கள்தான்

காற்று அவற்றை உயரே எடுத்துச் சென்று
இரவின் வானத்துள் வீசியது
சந்திரன் நட்சத்திரங்களை எண்ணியவாறு இருந்தது

சொல்வதற்கு உன்னிடம் நிறைய இருந்தன
ஆனால் மௌனம் நம்மைச் செவிடாக்கியது
வேதனையால் மௌனித்து
ஜெருசலேம் தன் குழந்தைகளைப் புதைப்பதைப்
பார்த்தவாறு நாம் உட்கார்ந்திருந்தோம்

அந்தச் சிறிய புதைகுழியில்
நான் எனது கையை வைத்தேன்
ஒரு கண்ணீர்த் துளியை வழியவிட்டேன்

நாம் இருவரும் கவனித்ததைப்போல்
அது மிகவும் சிறியது
ஊர்க் குருவியின் உடைந்த சிறகுகளையும்
இரத்தம் தோய்ந்த தலையையும்
எனது மென் துப்பட்டியால் போர்த்தினேன்

ஜெருசலேத்தின் துயரத்தின் கரையில்
முஅத்தீனின் அழைப்பு ஒலித்தபோது

அதை நான் மக்காவை நோக்கித்
திருப்பி வைத்தேன்

இப்போது மௌனமாக
அசைவற்றுக் கிடக்கும் ஊர்க் குருவியைப்போல்
அந்த இரவின் இருண்ட தனிமையில் திரும்பிவர
உனக்கு ஒருபோதும் சுதந்திரம் இருந்ததில்லை

பலஸ்தீன் மீதுள்ள உனது காதல்
ஆகாயத்தைக் கொழுத்தி உயிர்ப்பிக்கும் படிக்கு
வலிக்கும் உன் உடலை
நீ பூமியின் விழிம்பின்மீது வைத்தாய்

இப்போது எனக்கு நினைவிருப்பதெல்லாம்
நாங்கள் பேசாத சொற்கள்தான்

காற்று அவற்றை உயரே எடுத்துச் சென்று
வானங்களுக்குள் வீசியது
சந்திரன்
நட்சத்திரங்களை எண்ணியவாறு இருந்தது

●

பயன்பட்ட நூல்கள்

கவிதைகளும் கவிஞர்கள் பற்றிய குறிப்புகளும் பின்வரும் நூல்களில் இருந்து பெறப்பட்டன. நூலாசிரியர்களுக்கு நன்றி.

Abdullah al-Udhari, (Ed.), (1986) *Modern Poetry of the Arab World*, Penquin Books.

Mahmood Darwish, (1980) *The Music of Human Flesh* (Selected and translated by Denys Johson Davies), Heinemann London and Three Continents Press, Washington, D.C.

Salma Khadra Jayyusi, (Ed.), (1992) *Anthology of Modern Palestinian Literature,* Colombia University Press, New York.

Sharma, P.S. (Ed.), (1976) *Forever Palestine*, A collection of Palestinian Resistance Poems, P.L.O. (India) Office, New Delhi.

கவிஞர்களின் புகைப்படங்களும், கவிஞர்கள் பற்றிய சில தகவல்களும் இணையதளங்களிலிருந்து பெறப்பட்டன.